വിക്ടർഹ്യൂഗോ

പാവങ്ങൾ

പുനരാഖ്യാനം

പ്രേമാനന്ദ് ചമ്പാട്

കൈരളി ബുക്സ്

Malayalam Language
Pavangal
(Novel)
by
Victor Huego
Retoled by
Premanand Chambad
♦
Published in August 2006
This edition February 2023
by Kairali Books Private Limited
Thalikkavu Road, Kannur.
Ph : 0497-2761200
E-Mail : kairalibooksknr@gmail.com
♦
Cover Design
Mahesh M.
♦
Printed at
Printing Park, Tly

Price ₹ : 210.00
54/16-17/Sl.No.858/500/NS 18.6
ISBN 978-93-86197-30-6

വിക്ടർ ഹ്യൂഗോ

വിക്ടർ മാരിഹ്യൂഗോ ഫ്രാൻസിലെ ബെസാൻ കോൺ എന്ന സ്ഥലത്ത് 1802 ഫിബ്രവരി 26ന് ജനിച്ചു. ഹ്യൂഗോയുടെ അച്ഛൻ ലിയോപോൾദ് നെപ്പോളിയന്റെ പട്ടാളത്തിൽ ഉദ്യോഗസ്ഥനായിരുന്നു. 1812വരെ അച്ഛന്റെകൂടെ കോഴ്സിക്കാ, ഇറ്റലി, സ്പെയിൻ എന്നിവിടങ്ങളിലായിരുന്നു. പിന്നീട് പാരീസിൽ സ്ഥിരതാമസമായി. സ്കൂൾ വിദ്യാഭ്യാസകാലത്തുതന്നെ കവിതയെഴുതി സമ്മാനങ്ങൾ നേടി.

1822ൽ അദെൽഷൂഷറിനെ വിവാഹം ചെയ്തു. ആ വർഷം ആദ്യകവിതാസമാഹാരം-ഓദ് എ പൊയസിഡൈവേഴ്സെ- പ്രസിദ്ധീകരിച്ചു. ചാൾസ്പത്താമൻ അധികാരത്തിൽ വന്നപ്പോൾ ഹ്യൂഗോ ആസ്ഥാന കവിയായി.1832ൽ ഹേത്തോവിൽ ഭവനത്തിൽ താമസമായി. ഇന്നത് ഹ്യൂഗോമ്യൂസിയമാണ്.

1848 വിപ്ലവത്തോടെ റിപ്പബ്ലിക്കൻ ഭരണമായപ്പോൾ ദേശീയ നിയമസഭയിൽ അംഗമായി. 1851ലെ ഭരണമാറ്റത്തോടെ രാജ്യദ്രോഹിയായി മുദ്രകുത്തി ഭ്രഷ്ടനാക്കി. പിന്നീട് ഒളിവിലായി. വിമോചനസമരകാലത്താണ് ഫ്രാൻസിൽ വീണ്ടുംവന്നത്. ബിസ്മാർക്കിനെ പുറത്താക്കി മൂന്നാം റിപ്പബ്ലിക്ക് സ്ഥാപിച്ചപ്പോൾ ദേശീയ നിയമസഭയിൽ അംഗമായി.

1885 മെയ് 22ന് അന്തരിച്ചു. “ഞാൻ ഈശ്വരനിൽ വിശ്വസിക്കുന്നു. പക്ഷെ ഒരു പള്ളിയുടെയും ശുശ്രൂഷ എനിക്കാവശ്യമില്ല. ഒരു നിർധനന്റെ ശവസംസ്ക്കാരമാണ് എനിക്കിഷ്ടം” എന്ന് മരണപത്രത്തിൽ എഴുതിവച്ചിരുന്നു. ആർക്ദ് ത്രയോം ഫിൽ റൂസ്സോയുടെയും വോൾട്ടയറുടെയും ശവകുടീരത്തിനരികിൽ സംസ്ഥാന ബഹുമതികളോടെ അടക്കംചെയ്തു. ഇരുപതുലക്ഷം ജനങ്ങൾ അദ്ദേഹത്തിന് അന്തിമ ഉപചാരങ്ങൾ അർപ്പിച്ചിരുന്നു.

കവിയും നാടകകൃത്തും നോവലിസ്റ്റുമായിരുന്ന ഹ്യൂഗോ പാവങ്ങളിലൂടെ വിശ്വസാഹിത്യത്തിൽ ശാശ്വത പ്രതിഷ്ഠ നേടി.

പ്രധാനകൃതികൾ

കാവ്യങ്ങൾ :
ലെവ്യ ഇന്റിറ്യൂഴ്സ് (അന്തരാഹ്വാനം)
ലെ കോൺടം പ്ലേഷൻ (ചിന്ത)
ലെജെൻസ് ദ് ഡിക്ലെയ് (ശതാബ്ദങ്ങളുടെ ചരിത്രം)
ലാനിടെറീബ്ല് (ഘോരമായ വർഷം)
ലാർത് ദ്രെത്ഗ്രാൻഡ് - പേർ (പിതാമഹനാക്കുകയെന്നകല)
ലെഫ്യൂൽഡ്ദാട്ടോം (ശരത്കാല പത്രങ്ങൾ)
ലാഫിൻദെസാത്താൻ (ചെകുത്താന്റെ മരണം)
ലെഷാന്ത്സ് ദുക്രെപെസ്ക്യൂൾ (സന്ധ്യാഗാനങ്ങൾ)
ദു (ദൈവം)
ലെ റെയോൺസ് എലെ ഓംബ്രസ് (വെളിച്ചവും നിഴലും) ക്രോം വെൽ, ഹെർനാനി, ലുക്രീസ്, ബോർഗ്യ, റൂയിബ്ലാസ്, ആൻജലൊ, ടോർകമെദ എന്നിവയാണ് പ്രധാനനാടകങ്ങൾ.

നോവലുകൾ :
ലെ ദെർനിയർ ഷൂർദുൻ കൺഡാമ്ന്
(ഒരു കുറ്റവാളിയുടെ അന്ത്യദിവസങ്ങൾ)
നോത്ര് - ദാംദെപാരിസ് (പാരീസിലെ നോത്ര്-ദാം)
ലെട്രപല്യഴ്സ് ദെലാമെർ (കടലിലെ ജോലിക്കാർ)
ലോം ക്വിറീത്ത് (ചിരിക്കുന്ന മനുഷ്യൻ)
ക്വാത്രെവിങ്-ത്രീസ് (തൊണ്ണൂറ്റിമൂന്ന്)
ലെ മിറാബ്ല് (പാവങ്ങൾ)
സാഹിത്യപ്രബന്ധങ്ങളും രാഷ്ട്രീയ ചിന്തകളും യാത്രക്കുറിപ്പുകളുമൊക്കെയായി നാൽപ്പത്താറു വാല്യങ്ങളിൽ വ്യാപിച്ചു കിടക്കുന്നു ഹ്യൂഗോവിന്റെ സൃഷ്ടി പ്രപഞ്ചം.

ഫൻതീൻ

ഇരുനൂറുകൊല്ലം കഴിയുന്നു.

ഒരുപക്ഷേ സംഭവിച്ചതാവാം. അല്ലെങ്കിൽ വെറും കഥയുമാവാം ആകാശംപോലെ വിശാലമായ കഥയാണ്. നമ്മുടെ നാട്ടിലെയല്ല, അങ്ങ് ഫ്രാൻസിലേത്.

ഡി എന്ന ഇടവകയാണ് സ്ഥലം. അവിടുത്തെ ഭരണം നടത്തുന്നത് മൊസ്യുമിറിയേൽ ആണ്.

ആഡംബരജീവിതമായിരുന്നു. ഭരണപരിവർത്തനം വന്നു. മൊസ്യു മിറിയേൽ ഇറ്റലിയിൽ അഭയം പ്രാപിച്ചു. സുഖമില്ലാതെ ഭാര്യ മരിച്ചു. എന്താണെന്നറിയില്ല ഇറ്റലിയിൽ നിന്ന് മടങ്ങിവന്നപ്പോൾ മൊസ്യു മിറിയേൽ ഒരു മതാചാര്യനായി തീർന്നിരുന്നു.

അദ്ദേഹത്തെ ഡിയിലെ മെത്രാനാക്കി. മെത്രാനുള്ള അരമന ആസ്പത്രിയുടെ അടുത്തായിരുന്നു. വന്നതിന്റെ മൂന്നാം ദിവസം മെത്രാൻ ആശുപത്രി സന്ദർശിച്ചു. ആശുപത്രിയിലെ അസൗകര്യം മെത്രാനെ വിഷമിപ്പിച്ചു.

രോഗികളെ അരമനയിൽ താമസിപ്പിക്കാനാണ് മെത്രാൻ ആവശ്യ പ്പെട്ടത്. അദ്ദേഹത്തിന്റെ താമസം ആ കെട്ടിടത്തിലേക്ക് മാറ്റാനും തീരുമാനിച്ചു.

മൊസ്യുമിറിയേൽ ദാനപ്രിയനായിരുന്നു. വരുമാനത്തിൽ നിത്യ വൃത്തിക്കുള്ളത് കഴിച്ചു ബാക്കിയെല്ലാം മെത്രാൻ ദാനം ചെയ്തുപോന്നു. നാട്ടുകാർ മെത്രാനെ വിളിച്ചത് മൊസ്യുബിയാങ് വെന്യു എന്നാണ്. മെത്രാനു സ്വാഗതം എന്നാണിതിനർത്ഥം.

കുറച്ച് മൈതാനങ്ങളും വളരെയധികം മലമ്പ്രദേശങ്ങളു മുള്ള ഒരു സ്ഥലമായിരുന്നു അത്. മെത്രാൻ എല്ലാസ്ഥലങ്ങളിലും പോയി ആളുകളെ കാണാറുണ്ട്. അടുത്ത സ്ഥലങ്ങളിൽ നടന്നുപോകും. മൈതാനങ്ങളിലാണെങ്കിൽ ഒരു കൂടുവണ്ടിയിൽ കയറും. മലമ്പ്ര ദേശങ്ങളിൽ കഴുതപ്പുറത്താണ് സഞ്ചരിക്കുക.

നാട്ടുകാരോട് ദയാപൂർവ്വം പെരുമാറാൻ അദ്ദേഹം ഉപദേശിച്ചു. ഒരു സ്ഥലത്തു കണ്ട നല്ല കാര്യങ്ങൾ മറ്റൊരു സ്ഥലത്ത് പറയാൻ മറക്കാറില്ല.

"ക്വിയെറയിലെ അധ്യാപകരെ വേഗം തിരിച്ചറിയാം. വായിക്കുവാൻ മാത്രം പഠിപ്പിക്കുന്നവരുടെ തൊപ്പിയിൽ ഒരു തൂവൽ തൂക്കിയിരിക്കും. വായിക്കാനും കണക്കുകൂട്ടാനും പഠിപ്പിക്കുന്നവർക്ക് രണ്ട് തൂവലാണ്. അതിന്റെ ഒപ്പം ലാറ്റിൻ ഭാഷ കൂടി പഠിപ്പിക്കുന്നവർക്ക് മൂന്ന് തൂവലാണ്. അക്ഷരജ്ഞാനം ഇല്ലാ തിരിക്കുന്നത് വലിയ അപമാനം തന്നെയാണ്."

ഓളൂളിലെ മലയിടുക്കിൽ നടന്നുപദ്രവിച്ചിരുന്ന കൊള്ളസംഘമുണ്ടായിരുന്നു. സംഘം തകർന്നപ്പോൾ ക്രവാത്ത് മലകളിൽ രക്ഷപ്പെട്ടു. ക്രവാത്ത് ഒരുദിവസം പള്ളിയിൽ കയറി കൊള്ളയടിച്ചു. ക്രവാത്തിനെ പിടിക്കാൻ നഗരമുഖ്യൻ സൈന്യത്തെ അയച്ചു. അവരിൽ ചിലർ കൊല്ലപ്പെടുകയുണ്ടയി. മെത്രാൻ നേരിട്ട് പോകാൻ തീരുമാനിച്ചു. എല്ലാവരും അദ്ദേഹത്തെ തടഞ്ഞു. മെത്രാൻ പിൻതിരിഞ്ഞില്ല.

"ഞാൻ ജീവിക്കുന്നത് എന്റെ ജീവനെ രക്ഷിക്കാനല്ല. ജീവാത്മക്കളെ രക്ഷപ്പെടുത്താനാണ്."

ഒരുദിവസം പോലും ക്രൂരമായി അദ്ദേഹം ഒന്നും ചെയ്തിട്ടില്ല. എല്ലാത്തിനോടും മെത്രാന് സ്നേഹം ഉണ്ടായിരുന്നു. എതു മനുഷ്യനും എത്ര നല്ലയാളായാലും ഉള്ളിൽ ഒരു കഥയില്ലാത്ത ക്രൂരതയുണ്ടാവും. അത യാൾ തിര്യക്കുകളുടെ നേരെ ഉഴിഞ്ഞുവയ്ക്കുന്നു. ഡി യിലെ മെത്രാന് ആ ക്രൂരതയും ഉണ്ടായിരുന്നില്ല.

രാവിലെ തോട്ടത്തിൽ നടക്കുന്ന ശീലമുണ്ട് മെത്രാന്.

നിലത്ത് എന്തോ പ്രത്യേകിച്ച് കണ്ട് അദ്ദേഹം കുനിഞ്ഞു നോക്കി. കറുത്തു വലുതായി മേലൊക്കെ രോമത്തോടുകൂടിയ, കണ്ടാൽ പേടിയാകുന്ന ഒരെട്ടുകാലിയായിരുന്നു അത്.

"സാധുജന്തു അതിനുകുറ്റമൊന്നുമില്ല."

മെത്രാൻ പറഞ്ഞു.

ദയാശീലത്തിൽ നിന്നും പുറപ്പെടുന്ന വാക്കുകൾ
ഒരുദിവസം അദ്ദേഹത്തിന്റ കാൽ ഉളുക്കി. ഒരു ഉറുമ്പിന്റ മേൽ കാൽ കൊള്ളാതിരിക്കാൻ വേണ്ടി ചാടിയതുകൊണ്ടാണ്. ഇങ്ങിനെയാണ് ഈ മനുഷ്യൻ ജീവിച്ചു പോന്നത്

1815ൽ അദ്ദഹത്തിന് എഴുപത്തഞ്ചാമത്തെ പിറന്നാളായി. കണ്ടാൽ അറുപതിലധികം വയസ്സു തോന്നിക്കില്ല. കുട്ടികളെപ്പോൽ സന്തോഷത്തോടുകൂടിയാണ് സംസാരിക്കുക. കേൾക്കുമ്പോൾ അടുത്തു നിൽക്കുന്നവർക്കൊക്കെ ഒരു നിർവൃതി തോന്നും. ആദ്യമായി കാണുന്നവർക്ക് ഒരു നല്ല ആൾ എന്നു മാത്രമേ തോന്നൂ. കുറച്ചു സമയം അടുത്തു പെരുമാറിക്കഴിയുമ്പോൾ എന്തോ ഒരു ബഹുമാനം വളർ

ന്നുവരും. സദാ പുഞ്ചിരിക്കുന്ന ആ മുഖത്തേക്ക് നോക്കിക്കൊണ്ടിരിക്കുമ്പോൾ അടുത്തുള്ളവരുടെ ഹൃദയം കീഴടങ്ങുന്നതായി കാണാം.

ഓരോ ദിവസവും പ്രവർത്തികൾ കൊണ്ടു നിറഞ്ഞ ജീവിതമാണ് അദ്ദേഹത്തിന്. ഈശ്വരഭജനം, മതപരമായ ഉദ്യോഗങ്ങൾ, ധർമ്മം കൊടുക്കൽ, കഷ്ടത്തിൽപെട്ടവരെ ആശ്വസിപ്പിക്കൽ, കുറച്ചു സ്ഥലത്തു കൃഷിചെയ്യൽ, സഹോദരഭാവം, മിതവ്യയം, അതിഥി സൽക്കാരം, ത്യാഗശീലം, മനസ്ഥൈര്യം, അധ്യയനം, അധ്വാനം ഇവയൊക്കെ പതിവാണ്. നല്ല വിചാരങ്ങളും നല്ല പ്രവർത്തികളും നല്ല സംസാരവുമാണ് മെത്രാന് ഉണ്ടായിരുന്നത്.

സ്നേഹപരിപൂർണ്ണനായി സമാധാനത്തോടുകൂടി ആകാശത്തിന്റെയും ഹൃദയത്തിന്റെയും ശാന്തതയെ ലയിപ്പിച്ചുകൊണ്ട് ജീവിക്കുന്ന പാവനനാണ് മൊസ്യുമിറിയേൽ.

“അന്യോന്യം സ്നേഹിക്കുക”.എല്ലാം ഇതിൽ അടങ്ങിയതായി മെത്രാൻ വിചാരിച്ചു. ഇതിലധികം ഒന്നും അദ്ദേഹത്തിന് ആവശ്യമില്ല..

1815 ഒക്ടോബർ മാസത്തിന്റെ ആദ്യം.

സൂര്യൻ അസ്തമിക്കുന്നതിന് ഏകദേശം ഒരു മണിക്കൂർ കൂടിയുണ്ട്.

ഡി എന്ന പട്ടണത്തിൽ വഴിയാത്രക്കാരൻ എത്തി. അയാൾ നല്ല കരുത്തുള്ള യുവാവായിരുന്നു. വല്ലാത്ത വേഷമായതുകൊണ്ട് കാൽനടയായി പോകുന്ന അയാളെ ആളുകൾ തുറിച്ചുനോക്കി.

വെയിലും കാറ്റുംകൊണ്ട് അയാളുടെ മുഖം കരുവാളിച്ചി രുന്നു. നടന്നു തളർന്നു വിയർത്തൊലിക്കുന്നുണ്ടായിരുന്നു. ഒരു ഭാഗം ചരിഞ്ഞതൊപ്പി തലമുടി പറ്റെ വെട്ടിയ മറുഭാഗം കാണിക്കുന്നുണ്ട്.

ഒരു മാറാപ്പ് ചുമലിലിട്ടിരിക്കുന്നു. കയ്യിൽ പൊന്തൻ വടിയുമുണ്ട്. ആകപ്പാടെ ഒരു വികൃതവേഷം.

ചില കുട്ടികൾ പിന്നാലെയുണ്ട്. അയാളുടെ നീക്കങ്ങൾ നോക്കുകയാണ് കുട്ടികൾ.

ഗാസ്സാന്ദിയിലെ നടക്കാവിലെ മരക്കൂട്ടത്തിൽ അയാൾ വിശ്രമിച്ചു. വഴിയരികിലെ ഉറവയിൽനിന്നും അയാൾ വെള്ളം കുടിച്ചു. അയാൾ വീണ്ടും നടന്നു. കുറച്ചുകൂടി കഴിഞ്ഞപ്പോൾ വീണ്ടും വെള്ളം കുടിച്ചു.

ടൗൺഹാൾ കണ്ടപ്പോൾ അയാൾ അതിനുള്ളിൽ കയറി.

പതിനഞ്ചു മിനിട്ടു കഴിഞ്ഞപ്പോൾ പുറത്തുവന്നു. വീണ്ടും നടന്നു. പോലീസുകാരനെ കണ്ട് അയാൾ വന്ദിച്ചു. പോലീസുകാരൻ അതു ശ്രദ്ധിച്ചില്ല.

കോൾബയിലെ കുരിശ്ശ് എന്ന സ്ഥലത്ത് ഒരു ഹോട്ടൽ കണ്ടു. അവിടേക്ക് കയറി.

"നിങ്ങൾക്കെന്തു വേണം.?" ഹോട്ടൽക്കാരൻ ചോദിച്ചു.

"ഭക്ഷണവും കിടക്കാൻ സ്ഥലവും"

"പണമുണ്ടോ കയ്യിൽ.?"

"ഉണ്ട്."

"ഓ ശരി സമ്മതിച്ചു. ഇരിക്കൂ."

ഡി പട്ടണം മലകൾക്കുള്ളിലാണ്. ഒക്ടോബറിൽ വൈകുന്നേരം നല്ല തണുപ്പാണ്.

"ഭക്ഷണം വേഗത്തിൽ തയ്യാറാവുമോ.?"

അയാൾ ചോദിച്ചു.

"വേഗമാകും."

ഹോട്ടൽക്കാരൻ അയാളെ സൂക്ഷിച്ചുനോക്കിയശേഷം ഉള്ളിലേക്കു പോയി. ഒരു കടലാസ് കീറിയെടുത്ത് അതിൽ ഒന്നു രണ്ടു വരികളെഴുതി. ഹോട്ടലിലെ തൊഴിലാളിയെ വിളിച്ച് കടലാസ് കൊടുത്തു. ചെവിയിൽ എന്തോ പറയുകയും ചെയ്തു.

തൊഴിലാളി ടൗൺഹാൾഭാഗത്തേക്കു പാഞ്ഞു

"ഭക്ഷണം വേഗത്തിൽ കിട്ടുമോ?"

അയാൾ വീണ്ടും ചോദിച്ചു.

"ഇപ്പോൾ"

ഹോട്ടൽകാരൻ അതും പറഞ്ഞ് ആകാംക്ഷയോടെ പുറത്തേക്ക് നോക്കി നിന്നു.

പുറത്തുപോയ തൊഴിലാളി ഓടിക്കിതച്ചുവന്നപ്പോൾ കയ്യിൽ മറ്റൊരു കടലാസ് ഉണ്ടായിരുന്നു. ഹോട്ടൽകാരൻ അതു വായിച്ചിട്ടു പറഞ്ഞു.

"നിങ്ങൾക്കു താമസിക്കാൻ ഇവിടെ സൗകര്യമില്ല."

"എന്റെ കയ്യിൽ പണമുണ്ട്."

"അതുശരിയാവാം. നിങ്ങൾക്കിവിടെ സൗകര്യമുണ്ടാക്കാൻ എനിക്കു കഴിയില്ല."

"ഭക്ഷണം."

"ഇല്ല ഇവിടെയില്ല."

അയാൾ ഹോട്ടൽക്കാരനോട് പലവിധത്തിലും അപേ ക്ഷിച്ചു. തർക്കിച്ചു. അയാൾ സമ്മതിച്ചില്ല.

"നിങ്ങൾ ഴാങ് വാൽ ഴാങ് ആണ്. നിങ്ങൾക്ക് ഒരു സഹായവും ചെയ്യാൻ പറ്റില്ല."

അയാൾ പിന്നെയും അവിടെതന്നെ നിന്നു. ഹോട്ടൽക്കാരൻ അവസാനമായി പറഞ്ഞു.

“കടന്നു പോകൂ.”

അയാൾ മാറാപ്പും ചുമലിലേറ്റി ഹോട്ടലിൽനിന്നും പുറത്തു കടന്നു. അങ്ങോട്ടോ ഇങ്ങോട്ടോ തിരിഞ്ഞുനോക്കാതെ അയാൾ ഓരത്തുകൂടെ നേരെ നടന്നു.

ചതഞ്ഞമർന്നുകഴിഞ്ഞ ആളുകൾ പിന്നോക്കം നോക്കുക പതിവില്ല.

ഴാങ് വാൽ ഴാങ് നടന്നു കൊണ്ടേയിരുന്നു.

തെരുവിന്റെ അങ്ങേയറ്റത്ത് ഒരു വെളിച്ചം അങ്ങോട്ടു ചെല്ലുക തന്നെ. അതും ഒരു ഹോട്ടലായിരുന്നു.

“എന്തു വേണം.?”

“ഭക്ഷണവും കിടക്കാൻ സ്ഥലവും.”

“ശരി, കയറി ഇരിക്കൂ.”

ഹോട്ടലിൽ വേറെയും ആളുകൾ ഉണ്ടായിരുന്നു. ഒരാൾ എഴുന്നേറ്റ് ഹോട്ടൽക്കാരന്റെ അടുത്തു ചെന്നു. അവർ രഹസ്യമായി എന്തോ സംസാരിച്ചു. ഹോട്ടൽക്കാരൻ ഴാങിന്റെ അടുത്തു ചെന്നു.

“നിങ്ങൾക്കു പോകാൻ സമയമായി.”

“ എനിക്ക് കിടക്കാൻ..... ഞാനെങ്ങോട്ടു പോകാനാണ്.”

“എങ്ങോട്ടെങ്കിലും പോയ്ക്കോ. ഇവിടെ പറ്റില്ല.”

ഴാങ് വാൽ ഴാങ് ഹോട്ടലിനു പുറത്തുകടന്നു.

കുട്ടികൾ അപ്പോഴും അയാളെ ചുറ്റിപ്പറ്റികൂടിയിരുന്നു. ഴാങ് വാൽ ഴാങ് വടിവീശി കുട്ടികളെ ഓടിച്ചു. അയാൾ ജയിലിന്റെ മുന്നിലെത്തി മണിയടിച്ചു. വാതിൽതുറന്നപ്പോൾ ഴാങ് വാൽ ഴാങ് പറഞ്ഞു.

‘‘ജയിൽമൂപ്പാ ഇന്നത്തെ ഒരു രാത്രി ഞാനിതിനകത്തു കഴിഞ്ഞോട്ടേ.”

“പറ്റില്ല ഇതൊരു ഹോട്ടലല്ല, പോലീസിനെകൊണ്ടു പിടിപ്പിച്ച് ഇങ്ങോട്ടു പോരാമോ?.”

വാതിലടഞ്ഞു ഴാങ് വാൽ ഴാങ് വീണ്ടും നടന്നു.

പൂന്തോട്ടങ്ങളുള്ള ഒരു ചെറിയ വീടു കണ്ടു. അയാൾ അവിടെ കയറി ച്ചെന്നു.

“കുടിക്കാൻ എന്തെങ്കിലും തരുമോ?.”

വീട്ടുകാരൻ അയാളോട് വിശദവിവരങ്ങൾ ചോദിച്ചു കൊണ്ടിരുന്നു. പെട്ടെന്ന് വീട്ടുകാരന് പേടിയായി. അയാൾ തോക്കെടുത്തു കൊണ്ടു ചോദിച്ചു.

"നിങ്ങളാണോ ആ മനുഷ്യൻ? പോകൂ ഇവിടുന്ന്."

ഴാങ് വാൽ ഴാങിനു മുമ്പിൽ വാതിലടഞ്ഞു.

ഇരുട്ടു കൂടിക്കൂടിവന്നു. ആൽപ്സ് പർവ്വതത്തിൽനിന്നും ഒരു തണുത്ത കാറ്റു വീശി.

ആളില്ലാത്ത ഒരു ചെറിയ കുടിൽ കണ്ട് അവിടെ കിടന്നുറങ്ങാമെന്നു വിചാരിച്ചു. അകത്തേക്കു കയറിയതും ഒരു നായ ചാടിവീണു. ഴാങ് വാൽ ഴാങ് വടികൊണ്ട് നായയെ നേരിട്ടു. പെട്ടെന്നുതന്നെ തെരുവിലേക്കിറങ്ങി.

ക്ഷീണംകൊണ്ട് കുഴഞ്ഞു പോയ ഴാങ് വാൽ ഴാങ് തളർന്നുവീണു. അവിടെ ഒരു പള്ളിയുണ്ട്.

പള്ളിയിൽ നിന്നും പുറത്തുവന്ന ഒരു വൃദ്ധയായ സ്ത്രീ വഴിയിൽ വീണയാളെ കണ്ടു.

"ഏയ് ഇയാളെന്താ ഇവിടെ കിടക്കുന്നത്?"

"വേറെ സ്ഥലമില്ല."

"ഹോട്ടലിൽ പോയില്ലേ.?"

"പണമില്ല."

"വേറെവിടെയെങ്കിലും"

എല്ലാവരും ആട്ടിയോടിച്ചു.

"ആ വീട്ടിൽ പോയോ."

"ഇല്ല."

"അവിടെ ചെല്ലൂ."

ഴാങ് വാൽ ഴാങ് എഴുന്നേറ്റു.

വാതിലിൽ ശക്തിയായ മുട്ടു കേട്ടു.

"അകത്തേക്കു വരൂ മെത്രാൻ പറഞ്ഞു."

വാതിൽ തള്ളിത്തുറന്ന് ഒരാൾ പ്രവേശിച്ചു. മെത്രാൻ എന്തെങ്കിലും പറയും മുമ്പേ അയാൾ പറഞ്ഞു.

"ഞാൻ ഴാങ് വാൽ ഴാങ് ആണ്. രണ്ടു വലിയ ശിക്ഷ കഴിഞ്ഞു വരികയാണ്. പൊന്താർലിയേയിൽ പോകണം. നടന്ന് നടന്ന് തളർന്നു. ആരോടു ചോദിച്ചിട്ടും ഭക്ഷണം കിട്ടിയില്ല. കിടക്കാൻ ഇടം തന്നില്ല. പള്ളിക്കു മുന്നിൽ വീണുപോയി. സുശീലയായ ഒരു സ്ത്രീ പറഞ്ഞിട്ടാണ് ഇങ്ങോട്ടു വന്നത്."

ഴാങ് വാൽഴാങ് മാറാപ്പിൽനിന്നും മഞ്ഞകാർഡ് എടുത്തു കാണിച്ചു. തടവുശിക്ഷകഴിഞ്ഞു യാത്രാനുമതിക്കുള്ള സമ്മതപത്രമാണത്.

മെത്രാൻ ക്ഷോഭരഹിതനായി നോക്കി.

"സേർ ഇരിക്കൂ. ഭക്ഷണം ഉടനെ തയ്യാറാവും കിടക്കാനും സൗകര്യമുണ്ട്."

ഒരു തടവുപുള്ളിയെ സേർ എന്നു വിളിക്കുന്ന മെത്രാന്റെ വലിയ മനസ്സ് ഴാങ് വാൽ ഴാങിനു അത്ഭുമായിരുന്നു.

"ഞാനിവിടുത്തെ മതാചാര്യനാണ്."

മെത്രാൻ സ്വയം വിശദീകരിച്ചു. ഇടയ്ക്ക് ചോദിച്ചു.

"എത്ര കൊല്ലത്തെ തടവായിരുന്നു."

"പത്തൊൻപതുകൊല്ലം....ആചാര്യരേ നിങ്ങൾ നല്ലവനാണ്. എനിക്കിപ്പോൾ നാൽപ്പത്താറുവയസ്സായി. ഇതുവരെയുള്ള ജീവിതം......ഹോ .....കഠിനം....ഒടുവിൽ യാത്രാനുവാദത്തിനുള്ള പത്രം കിട്ടി.

ഴാങ് വാൽഴാങിനെ മെത്രാൻ സമാശ്വസിപ്പിച്ചു. അപ്പോഴേക്കും ഭക്ഷണം തയ്യാറായി. ആഹാരം കഴിഞ്ഞ് ഴാങ് വാൽ ഴാങ് എഴുന്നേറ്റു.

"വരൂ."മെത്രാൻ വിളിച്ചു. മെത്രാനെ അനുഗമിച്ച് അയാൾ കിടക്കറയിലാണ് എത്തിയത്. വെള്ളവിരിയിട്ട കിടക്ക.

കിടന്നോളൂ, സുഖമായ ഉറക്കം കിട്ടട്ടെ എന്ന് ആശംസിക്കുന്നു. രാവിലെ ചൂടുപാൽ കിട്ടും അതു കുടിച്ചിട്ടേ യാത്ര പോകാവൂ.

മെത്രാൻ തോട്ടത്തിൽ നടക്കാനിറങ്ങി.

ഴാങ് വാൽ ഴാങ് ഉറങ്ങി അർദ്ധരാത്രിയായിക്കാണും തനിയെ ഉണർന്നു. ചെറുപ്പകാലം മനസ്സിലൂടെ കടന്നുപോയി.

ഒരു സാധുകൃഷിക്കാരന്റെ വീട്. അച്ഛനും അമ്മയും കുട്ടിക്കാലത്തേ മരിച്ചുപോയി. പഠിക്കാനൊന്നും കഴിഞ്ഞില്ല. ചെറുപ്പത്തിലേ മരപ്പണിയിൽ ഏർപ്പെട്ടു. കൂടെ മൂത്ത സഹോദരി മാത്രം.

സഹോദരിയുടെ വിവാഹം കഴിഞ്ഞു, ഏഴുകുട്ടികളുണ്ടായി. ഴാങ് വാൽ ഴാങ് സഹോദരിയുടെ കുടുംബത്തോടൊപ്പം തന്നെ കഴിഞ്ഞു വന്നു. സഹോദരിഭർത്താവും മരിച്ചുപോയി.

ഴാങ് വാൽ ഴാങിന്റെ കൂലിപ്പണികൊണ്ട് കുടുംബത്തിനു വേണ്ടതു ചെയ്യുവാൻ സാധിക്കാറില്ല. കുട്ടികൾക്ക് വയറു നിറച്ചു ആഹാരം കഴിച്ച അനുഭവമില്ല. അയലത്തെ മാറിക്ളോദിന്റെ വീട്ടിൽ പോയി കുട്ടികൾ വല്ലതും വാങ്ങിച്ചുതിന്നും. അത് അവരുടെ അമ്മ അറിയില്ല. കുട്ടികൾ തിന്നുകഴിഞ്ഞാൽ ഴാങ് വാൽഴാങ് അവർക്ക് പണം കൊടുത്ത് കടം വീട്ടും.

ഴാങ് വാൽ ഴാങ് ആവുന്നത്ര പണിയെടുത്തു. എന്നിട്ടെന്താ കൂലി വളരെ കുറവ്. സഹോദരിയും പണിക്കു പോകും. ഏഴുകുട്ടികളെ പോറ്റാൻ ഇതുകൊണ്ടൊന്നും കഴിയില്ല. 1795 ലെ മഴക്കാലം രണ്ടു

പേർക്കും പണിയില്ലാതായി. ഒമ്പതുപേരും മുഴുപ്പട്ടിണിയിലായി. എന്തു ചെയ്യണമെന്നറിയാതെ ഴാങ് വാൽ ഴാങ് വിഷമിച്ചു.

ഫെവെറോളയിലെ പള്ളിക്കടുത്ത് അപ്പം ചുട്ടു വിൽക്കുന്ന ഒരാളുണ്ടായിരുന്നു. അവിടെ കടം കിട്ടുകയില്ല. അയാൾ പീടികപൂട്ടി കിടക്കാൻ പോകുന്ന സമയത്ത് ഴാങ് വാൽ ഴാങ് അവിടെയെത്തി. ഒരപ്പം എടുത്ത് കുട്ടികൾക്കു കൊടുക്കാനാണ് ഴാങ് വാൽ ഴാങ് എത്തിയത്.

അഴിവാതിലിൽ ശക്തിയായി ഇടിച്ചപ്പോൾ അഴിയും അലമാരയുടെ ചില്ലും തകർന്നു. അപ്പവുമെടുത്ത് ഴാങ് വാൽ ഴാങ് ഓടി. ഒച്ച കേട്ട കടക്കാരൻ പിന്നാലെ ഓടി. കള്ളൻ കള്ളൻ എന്നു വിളിച്ചു പറഞ്ഞു കൊണ്ടുമിരുന്നു.

ഴാങ് വാൽ ഴാങിന്റെ കൈയ്യിൽ നിന്നും ചോരവരുന്നുണ്ടായിരുന്നു. അയാൾ അപ്പം കളഞ്ഞു ആഹാരമില്ലാതെ തളർന്നുപോയ ഴാങ് വാൽ ഴാങിനെ കടക്കാരൻ പിടിച്ചു.

കോടതിയിൽനിന്നും ഴാങ് വാൽ ഴാങിനു ശിക്ഷകിട്ടി. തടവിലാക്കപ്പെട്ട അയാൾക്ക് ചുവന്ന കുപ്പായവും പേരിനു പകരം 24601 എന്ന നമ്പരും കിട്ടി.

നാലുകൊല്ലം കഴിഞ്ഞു സഹതടവുകാർ സഹായിച്ച് ഴാങ് വാൽ ഴാങ് തടവിൽനിന്നും ഒളിച്ചു പുറത്തുചാടി. രണ്ടുദിവസം അലഞ്ഞു നടക്കുമ്പോഴേക്കും അയാളെ പിടിച്ചു. കോടതിശിക്ഷ വീണ്ടും വർദ്ധിപ്പിച്ചു. നാലുകൊല്ലം കഴിഞ്ഞപ്പോൾ പിന്നെയും ഒളിച്ചുചാടാൻ ശ്രമിച്ചു. ശിക്ഷ വീണ്ടും കിട്ടി. എന്നാൽ പത്താമത്തെ കൊല്ലം ഒളിച്ചുചാടാൻ അയാൾ ഒരിക്കൽകൂടി ശ്രമിച്ചു. അതോടെ ശിക്ഷയുടെ കാലാവധി പത്തൊമ്പതുകൊല്ലമായി വർദ്ധിച്ചു.

ഴാങ് വാൽ ഴാങ് പേടിച്ചും വിറച്ചും തേങ്ങി കരഞ്ഞും കൊണ്ടാണ് ജയിലിനുള്ളിൽ കടന്നത്. മരവിച്ച മനസ്സോടെ പുറത്തിറങ്ങി. പിഞ്ചുകുട്ടിയായ സമയം മുതൽ സ്നേഹപൂർവ്വമായ ഒരു വാക്കോ വാത്സല്യത്തോടുകൂടിയ ഒരു നോട്ടമോ അയാൾക്ക് അനുഭവിക്കാൻ കഴിഞ്ഞിട്ടില്ല. സമുദായത്തെയും കോടതിയേയും ഈശ്വരനെയും അയാൾ വെറുത്തുപോയി.

തൂലോങ്ങിലെ തടവുകാലത്ത് ആകെയുണ്ടായിരുന്ന നേട്ടം എഴുതുവാനും വായിക്കുവാനും പഠിച്ചു എന്നതാണ്.

അധികം ഉറങ്ങി ശീലമില്ലായിരുന്നു. ആഹാരം കഴിച്ച് നല്ല കിടക്കയിലെ ഉറക്കം വേഗത്തിൽ ക്ഷീണം ഇല്ലാതാക്കി. പള്ളിമണി മുഴങ്ങിയപ്പോൾ ഉറക്കം വിട്ടൊഴിഞ്ഞുപോയി.

പെട്ടെന്നാണ് ഭക്ഷണമുറിയിലെ വെള്ളിപാത്രങ്ങൾ ഓർമ്മവന്നത്. അവിടുത്തെ ഭൃത്യ അതെല്ലാം ചില്ലലമാരയിൽ ഒതുക്കിവയ്ക്കുന്നത് കണ്ടിരുന്നു. അവയെല്ലാം കൂടിവിറ്റാൽ വലിയൊരു തുക കിട്ടും. മനസ്സ് എന്താണ് ആഗ്രഹിക്കുന്നതെന്ന് രണ്ടാമതൊന്ന് ചിന്തിച്ചില്ല.

ഴാങ് വാൽ ഴാങ് എഴുന്നേറ്റിരുന്നു. അവിടമാകെ നിശ്ശബ്ദമായിരുന്നു. ഒരനക്കവുമില്ല. അയാൾ ജനാലയ്ക്കലേക്കു നടന്നു. പൂർണ്ണചന്ദ്രൻ ഉദിച്ചുനിൽക്കുന്നത് കാണാം. പുറത്തേക്കിറങ്ങേണ്ട വഴിയൊക്കെ മനസ്സിലാക്കിവച്ചു.

അയാൾക്ക് പലവട്ടം ആലോചിച്ചിട്ടും തീരുമാനത്തിലെത്താൻ കഴിഞ്ഞില്ല.

ഒരു മണിമുഴക്കം കേട്ടു.

കാത്തുനിൽക്കേണ്ട എന്നു തോന്നി. മെല്ലെ അടുത്തമുറിയിലേക്ക് കടക്കാൻ ചെന്നു. വാതിൽ ചാരിയിട്ടുണ്ട്. തള്ളിയപ്പോൾ ഒച്ചയില്ലാതെ വാതിൽതുറന്നു. പക്ഷെ അത് ഒരു മേശയിൽതട്ടി നിൽപ്പാണ്. അകത്തേക്കു കടക്കാൻ കഴിയില്ല. ഒന്നുകൂടി തള്ളിയപ്പോൾ വലിയ ശബ്ദമുണ്ടായി.

എല്ലാം തകർന്നവനെ പോലെ ഴാങ് സ്തംഭിച്ചുനിന്നു.

മെത്രാൻ ഉണർന്നില്ലെന്ന് അയാൾക്കു ബോധ്യമായി.

അയാൾ അകത്തുകടന്നു.

തൃപ്തിയും സുഖവും ആനന്ദവും കൊണ്ട് മെത്രാന്റെ മുഖം തിളങ്ങുന്നു. ഒരു മന്ദസ്മിതം ആ മുഖത്ത് കളിയാടുന്നുണ്ട്. സ്വർഗ്ഗത്തിന്റെ പ്രതിബിംബം മെത്രാനിൽ പതിഞ്ഞിരുന്നു. ഇങ്ങനെ ഒരു രൂപം ഇതുവരെ അയാൾ കണ്ടിട്ടില്ല.

പ്രശാന്തതയിൽ തേജസ്വിയായ ആ രൂപം കണ്ട് ഴാങ് വാൽ ഴാങ് പേടിക്കുകയാണുണ്ടായത്.

വലതുകയ്യിൽ കരുതിയിരുന്ന ഇരുമ്പുവടിയിൽ വിയർപ്പു നനഞ്ഞു.

മെത്രാൻ അപ്പോഴും സമാധാനമായി ഉറങ്ങുകയായിരുന്നു.

പെട്ടെന്ന് ഴാങ് വാൽ ഴാങ് അടുത്തമുറിയിലെത്തി. വെള്ളിപ്പാത്രങ്ങളുള്ള കൂടയുമെടുത്ത് മാറാപ്പിലാക്കി അതിവേഗം യാത്രയായി.

രാവിലെ മെത്രാൻ തോട്ടത്തിൽ നടക്കുകയായിരുന്നു വെള്ളിപ്പാത്രങ്ങൾ സൂക്ഷിച്ച കൂടുകാണാനില്ലെന്നു ഭൃത്യ മെത്രാനെ അറിയിച്ചു.

മെത്രാൻ അതിൽ വലിയതാൽപര്യം കാണിച്ചില്ല. അവയൊക്കെ അവിടെ താമസിച്ചയാൾ കട്ടുകൊണ്ടു പോയതാണെന്നു പറഞ്ഞിട്ടും മെത്രാനത് ഗൗരവമായി കണക്കാക്കിയിരുന്നില്ല.

രാവിലെ മെത്രാൻ പ്രാതൽ കഴിഞ്ഞ് എഴുന്നേൽക്കുമ്പോൾ വാതിൽക്കൽ മുട്ടുകേട്ടു.

"അകത്തേക്കു വരൂ." മെത്രാൻ ക്ഷണിച്ചു.

ഒരാൾക്കൂട്ടം. പോലീസുമുണ്ട് എല്ലാവരും ഴാങ്ങിനെ വളഞ്ഞിട്ടിരിക്കുകയാണ്.

മെത്രാൻ മുന്നോട്ടുവന്നു.

"ഹാ....നിങ്ങളായിരുന്നോ കാണാൻ കഴിഞ്ഞതിൽ വളരെ സന്തോഷം എന്താ ഇത് ഇന്നലെ ഞാൻ നിങ്ങൾക്കു തന്ന വെള്ളി കൊണ്ടുള്ള മെഴുകുതിരിക്കാലുകൾ എടുക്കാൻ മറന്നു അല്ലേ....?"

ഴാങ് അമ്പരന്നു.

ഒരു പോലീസുകാരൻ പറഞ്ഞു.

"അപ്പോൾ പറഞ്ഞത് സത്യം തന്നെ ഇയാളെ കണ്ടപ്പോൾ സംശയം തോന്നി. മാറാപ്പ് പരിശോധിച്ചപ്പോൾ വെള്ളിപ്പാത്രങ്ങൾ. മെത്രാൻ കൊടുത്തതാണെന്നു പറഞ്ഞപ്പോൾ വിശ്വസിക്കാൻ കഴിഞ്ഞില്ല. അതാ പിടിച്ചിങ്ങോട്ടു കൊണ്ടുവന്നത്. ഇയാളെ വിട്ടേക്കാം."

ആളുകൾ പിരിഞ്ഞുപോയി. ഴാങ് വിറച്ചിരുന്നു മെത്രാൻ അടുത്തു ചെന്നു.

ഴാങിനു ബോധക്ഷയം ഉണ്ടാവുന്നതുപോലെ തോന്നി.

മെത്രാൻ അയാളുടെ അടുത്തുചെന്നു പറഞ്ഞു.

"ഈ പണം ഒരു സത്യവാനായിരിക്കാൻ വേണ്ടി ഉപയോഗിക്കുമെന്ന് സത്യം ചെയ്തത് മറക്കരുതേ."

മെത്രാൻ പറയുന്നത് അയാൾക്കു മനസ്സിലായില്ല.

"സമാധാനമായി പോകൂ."

മെത്രാൻ അനുവദിച്ചു എന്നു തോന്നിയപ്പോൾ അയാൾ വേഗം നടന്നു. സന്ധ്യവരെ മനസ്സിൽ ഓരോ വിചാരവുമായി നടത്തം തന്നെ. സന്ധ്യയാകാറായി. അയാൾ ഒരു മൈതാനത്തിന്റെ മൂലയിലിരുന്നു.

ഒരു കുട്ടി പാട്ടുപാടിക്കൊണ്ടു ആ വഴി വന്നു. അവൻ കൈയ്യിലുള്ള നാണയം മുകളിലേക്ക് എറിഞ്ഞുകൊണ്ടിരുന്നു. ഒരിക്കൽ നാണയം താഴെ വീണു. അത് ഉരുണ്ടുരുണ്ട് അയാളുടെ അടുത്തെത്തി. അയാൾ നാണയത്തിൽമേൽ കാൽവച്ചു.

കുട്ടി ഓടിവന്നു പറഞ്ഞു

"എന്റെ പണം"

കുറെ നേരം കുട്ടി പണത്തിനു പറഞ്ഞിട്ടും കേട്ട ഭാവം നടിച്ചില്ല. ഒടുവിൽ ഴാങ് എഴുന്നേറ്റു നിന്നു.

“കടന്നുപോ.”

കുട്ടി അയാളെ തുറിച്ചു നോക്കി. പേടിച്ചുവിറച്ച് കുട്ടി ഓടിപ്പോയി. കുറച്ചുസമയം അയാൾ അങ്ങനെതന്നെ നിന്നു. ആരും കാണുന്നില്ലെന്നുറപ്പുവരുത്തിയിട്ടുമാത്രമാണ് അയാൾ നാണയം കയ്യിൽ വച്ചത്.

ഇരുട്ടു കൂടുതലാവുന്നു. തണുപ്പിനു ശക്തിയേറി.

“ഹാ...”

ഒരു നെടുവീർപ്പുപോലെ കുട്ടി നടന്നുപോയ ഭാഗത്തേക്കു നോക്കി നീട്ടി വിളിച്ചു മറുപടിയില്ല. അങ്ങോട്ടേക്കു കുറച്ചു നടന്നു. ആവുന്നത്ര ഉച്ചത്തിൽ കുട്ടിയെ വിളിച്ചു. കുട്ടി കുറെ ദൂരം എത്തിക്കഴിഞ്ഞിരുന്നു.

ഒരു മതാചാര്യൻ ആ വഴി വന്നു. ഴാങ് കുട്ടിയെപ്പറ്റി ചോദിച്ചു. ഒരു വിവരവും കിട്ടിയില്ല.

“ഞാൻ കള്ളനാണ് പോലീസുകാരെക്കൊണ്ട് എന്നെ പിടിപ്പിക്കാമോ....”ആ വാക്കുകൾ കേട്ട് മതാചാര്യൻ പേടിച്ച് സ്ഥലം വിട്ടു.

കുട്ടിയെയും വിളിച്ചുകൊണ്ട് ഴാങ് കുറെ ദൂരം ഓടി. നിരാശനായി ഒരിടത്തിരുന്നു.

“ഞാൻ ഒരു ദുഷ്ടനാണ്.” സ്വയം പറഞ്ഞുകൊണ്ട് അയാൾ തേങ്ങിക്കരഞ്ഞു. പത്തൊൻപതുകൊല്ലങ്ങൾക്കുശേഷം ആദ്യമായിട്ടാണ് കരയുന്നത്.

പണ്ടത്തെപ്പോലെയുള്ള മനുഷ്യനാകണമെന്നാണ് ആഗ്രഹം. അതു സാധ്യമാകില്ല എന്നു ബോധ്യമായാണു കരഞ്ഞു പോയത്.

അയാൾ നടന്നു. പുലരുവോളം നടന്നു.

പ്രഭാതത്തിൽ മെത്രാനെ വന്ദിക്കുവാൻ വേണ്ടി അയാൾ കാത്തു നിൽക്കുന്നുണ്ടായിരുന്നു.

ചെറുപ്പക്കാരായ നാലു പാരീസ് നിവാസികൾ 1817 ൽ രസം പിടിച്ച ഒരു പൊറാട്ടു കളി നടത്തി.

ഒരാൾ തൂലൂസ്കാരൻ ഫെലിതൊലോമിയെ, കഹോൽകാരൻ ലിതോളിയെ, ലിമോഴ്ക്കാരൻ ഫാമോയി. മോംതോങ്ങ്കാരൻ ബ്ലാഷ് വേല്ല്. നാലുപേർക്കും ഉപപത്നിമാരുണ്ടായിരുന്നു. ബ്ലാഷെല്ലിന്റേത് ഫേവറിറ്റ്. ലിതോളിയെയുടേത് ദാലിയ. ഫാമോയിയുടേത് സെഫീന. തൊലോമിയുടേത് ഫൻതീൻ. ഇവളെ വേശി എന്നും വിളിച്ചിരുന്നു.

നാലു ചെറുപ്പക്കാരുടെയും ചങ്ങാത്തം കൊണ്ട് അവർ കൂട്ടുകാരികളായി.

ഫൻതീൻ ജനിച്ചത് എം എന്ന സ്ഥലത്താണ് എന്നാൽ അച്ഛനെയോ അമ്മയേയോ ആർക്കും അറിയില്ല. ഫൻതീൻ സുന്ദരിയായിരുന്നു.

അവളുടെ പല്ലുകൾ ആകർഷകമായിരുന്നു. നല്ല ചിരിയാണ്. അവൾ വിനയവുമായിരുന്നു.

രാവിലത്തെ ഭക്ഷണം കഴിഞ്ഞു. ഇന്ത്യാരാജ്യത്തുനിന്നു കൊണ്ടു വന്ന പുതിയ ചെടി കാണാൻ നാലു ദമ്പതിമാരും പോയി. കിങ്സ്ക്വയറിൽ ചെടി കണ്ടശേഷം, അവിടെയുള്ള ഊഞ്ഞാലിൽ ആടിക്കളിച്ചു. ഫൻതീൻ മാത്രം ഊഞ്ഞാലാട്ടത്തിൽ പങ്കെടുത്തില്ല.

പലതും കണ്ട് ബൊഴോങ് കുന്നിലുള്ള അപൂർവ്വകെട്ടിടത്തിൽ കയറിയിറങ്ങി. അപ്പോഴേക്കും ഉച്ച കഴിഞ്ഞു മൂന്നു മണിയായി.

വിശപ്പു തോന്നിയ അവർ ബൊംബാർദയുടെ ഹോട്ടലിലെത്തി. വിശപ്പടങ്ങിയപ്പോൾ പുറത്തിറങ്ങി.

ഞായറാഴ്ച ദിവസത്തെ സന്ധ്യയ്ക്ക് ജനങ്ങൾ ഉടുപ്പുകളിട്ട് നഗരത്തിലിറങ്ങിവരികയാണ്. മരക്കുതിരകളിലേറി നഗരം ചുറ്റുന്നവരുണ്ട്. പാട്ടുപാടി നടക്കുന്നവരും ആളുകളെ നിരീക്ഷിക്കുന്ന പോലീസുകാരുമായി ഒരു വർണ്ണക്കാഴ്ച തന്നെ.

“നിങ്ങൾ അത്ഭുതം കാണിച്ചുതരാമെന്ന് പറഞ്ഞിട്ട് എപ്പോഴാണ്?.”

നാലു യുവതികളും ഒരുമിച്ച് ചോദിച്ചു. “നിങ്ങളിവിടെ ഇരിക്കൂ.... ഞങ്ങൾ പോയി ഉടനെ അത്ഭുതം കാണിച്ചു തരാം.”

ചെറുപ്പക്കാർ ആളുകളുടെ ഇടയിലൂടെ എങ്ങോട്ടോ പോയി. ഒരു മണിക്കൂർ കഴിഞ്ഞിട്ടും യുവാക്കൾ തിരിച്ചു വന്നില്ല.

യുവതികളുടെ ക്ഷമകെട്ടു. ആ സമയം ഒരു പരിചാരകൻ അവിടെയെത്തി. അയാളുടെ കയ്യിൽ ഒരു കത്തുണ്ടായിരുന്നു.

നാലു യുവാക്കളും ആ പെൺകുട്ടികളെയും വിട്ട് സ്വന്തം രാജ്യത്തേക്ക് പോവുകയാണെന്നായിരുന്നു കത്തിലുണ്ടായിരുന്നത്.

യുവതികൾ നിരാശയോടെ സ്വന്തം വീടുകളിലേക്കു പോയി.

തൊലോമിയയുടെ പത്നിയായ ഫൻതീന് ഒരു കുട്ടി പിറന്നത് ആ വർഷം തന്നെയാണ്.

ഫൻതീൻ പാരീസിലെ മോങ്ഫെർമിയെ എന്ന ഭക്ഷണവിൽപ്പന സ്ഥലത്തെത്തി. അവിടെ ഒരമ്മ ഉണ്ടായിരുന്നു. അവർക്ക് നല്ല ഓമനത്തമുള്ള രണ്ട് കുഞ്ഞുങ്ങളുണ്ട്. ഇളയകുഞ്ഞിനെ അവർ തൊട്ടിലിൽ ആട്ടിക്കൊണ്ടിരിക്കുകയായിരുന്നു.

ഫൻതീൻ കുഞ്ഞിനെ ഒക്കത്തെടുത്തിട്ടുണ്ടായിരുന്നു. ദിവ്യത്വമുള്ള ഒരു തേജസ്സുണ്ട് ആ പെൺകുട്ടിക്ക് ഒരു പനനീർപൂവിനോളം ഓമനത്തവും അഴകുമുള്ള കുഞ്ഞാണത്. ആപ്പിൾപ്പഴം പോലെയുണ്ട് കുഞ്ഞ്. കണ്ടാൽ ഒന്നു കടിക്കണമെന്നു തോന്നിപ്പോകും.

കുഞ്ഞ് അമ്മയുടെ മാറിൽ ഉറങ്ങുകയാണ്.

ഫൻതീനിനെ കാണുമ്പോഴറിയാം, ദാരിദ്ര്യം കൊണ്ട് ദുഃഖിതയാണെന്ന്. അവളുടെ കണ്ണുകൾ കുറെയായി വറ്റാറില്ല. പുഞ്ചിരിയും മറന്നുപോയതു പോലെ. ക്ഷീണിച്ചും മെലിഞ്ഞും വിളർത്തും കോലം കെട്ടിരുന്നു. ഫൻതീനിനെ മുമ്പു കണ്ടവർക്കു തിരിച്ചറിയാൻ കഴിയില്ല.

ഹോട്ടലിന്റെ നടത്തിപ്പുകാരിയോട് ഫൻതീൻ പറഞ്ഞു, "നിങ്ങളുടെ കുട്ടികൾ ചന്തമുള്ളവരാണ്."

അവർ പരസ്പരം വർത്തമാനം പറയാൻ തുടങ്ങി.

"വളരെ നന്ദി എന്റെ പേര് മദാം തെനാർദിയെർ എന്നാണ്. ഈ ഹോട്ടൽ ഞങ്ങളുടേതാണ്."

തെനാർദിയെർ മെലിഞ്ഞുണങ്ങി ഇളം മഞ്ഞനിറത്തിലുള്ള സ്ത്രീയാണ്. പുരുഷന്റെ സ്വഭാവമാണ്.

ഫൻതീൻ സ്വന്തം ജീവിതം ചെറിയ മാറ്റങ്ങളോടെ വിവരിച്ചു.

"ഞാൻ കൂലിപ്പണിയെടുത്താണ് കഴിഞ്ഞത്. ഭർത്താവ് മരിച്ചുപോയി. പണിയില്ലാതായപ്പോൾ ഒരു പോക്കുവണ്ടിയിൽ കയറിയാണ് ഇവിടെ എത്തിയത്. എന്റെ പൊന്നിൻകട്ട ക്ഷീണിച്ച് ഉറങ്ങിപ്പോയി."

അത്രയും പറഞ്ഞപ്പോൾ ഫൻതീന്റെ തൊണ്ടയിടറി. അവൾ കുഞ്ഞിനെ ചുംബിച്ചു. കുഞ്ഞ് ഉണർന്നു. ഊഞ്ഞാലാടുന്ന കുട്ടികളെ കണ്ട് കുഞ്ഞ് അവളുടെ ഒക്കത്തുനിന്നും ഊർന്നിറങ്ങി

"മക്കളേ ഇവളെ കൂടി കളിക്കാൻ കൂട്ടൂ."

തെനാർദിയാർ പറഞ്ഞു.

കുട്ടികൾ ഒരുമിച്ച് കളിക്കാൻ തുടങ്ങി.

"മോളുടെ പേരെന്താ?" തെനാർദിയാർ ചോദിച്ചു.

"കൊസെത്ത്"

"വയസ്സെത്രയായി?"

"മൂന്ന് ആവാൻ പോകുന്നു."

"അത്ര തന്നെയാണ് എന്റെ മൂത്തകുട്ടിക്കും"

കുട്ടികൾ വേഗം പരിചയപ്പെടുന്നു.

ഇപ്പോ മൂന്നുപേരും ഒരമ്മയുടെകുട്ടികളാണെന്നേ തോന്നൂ.

ഫൻതീൻ കുറച്ചുസമയം ആലോചിച്ച ശേഷം ചോദിച്ചു

"എനിക്കു വേണ്ടി എന്റെ മോളെ നിങ്ങൾ വളർത്തുമോ?."

തെനാർദിയർ സമ്മതിച്ചു. ഫൻതീൻ കയ്യിലുള്ള പണം കൊടുത്തു.

തിരിഞ്ഞു നോക്കാതെ ദൂരെ പോയിനിന്ന ഫൻതീൻ പൊട്ടിക്കരഞ്ഞു.

ഫൻതീൻ കൊടുത്ത പണം തീർന്നു. മദാം തെനാർദിയറുടെ സ്വഭാ

വം മാറി. മറ്റുള്ളവർ കഴിച്ചു ബാക്കിവരുന്നതുമാത്രമായി കൊസെത്തിന്റെ ഭക്ഷണം. വസ്ത്രങ്ങൾ വെറും കീറത്തുണികൾ.

കൊസെത്തിന്റെ വിവരം അറിയുന്നതിന് ഫൻതീൻ എല്ലാ മാസവും കത്തയക്കും കൊസെത്തിന് പരമസുഖമാണ് എന്ന മറുപടിയാണ് എപ്പോഴും കിട്ടിക്കൊണ്ടിരുന്നത്. മാസന്തോറും കുട്ടിയെ നോക്കുന്നതിന് പണമയക്കണമെന്ന് ഫൻതീനെ അറിയിച്ചു. അവർ അതു സമ്മതിച്ച് പണമയക്കാൻ തുടങ്ങി.

ഇങ്ങനെയായിട്ടും കൊസെത്തിന് ഒരു സുഖവും കിട്ടിയില്ല. ഏതു കാര്യത്തിനും കുറ്റപ്പെടുത്തലും അടിയും പതിവായി. തെനാർദിയറുടെ മക്കൾക്ക് സ്നേഹവും സുഖവും.

കൊല്ലങ്ങൾ രണ്ടു കഴിഞ്ഞു.

കഷ്ടപ്പാടിലും കൊസെത്ത് വളരുകയായിരുന്നു. തെനാർദിയർ വീട്ടുപണികളെടുക്കാൻ കൊസെത്തിനെയാണ് ഏൽപിക്കുക. അഞ്ചു വയസ്സിൽ ഒരു ഭൃത്യയുടെ സ്ഥാനത്തായി കൊസെത്ത്. അവൾ മെലിഞ്ഞു വിളർത്തുപോയി. സുന്ദരങ്ങളായ കണ്ണുകളല്ലാത്ത അവളിൽ സൗന്ദര്യത്തിന്റെ ഒരടയാളവും ശേഷിച്ചില്ല. കൊസെത്ത് പുലരുന്നതിനു മുന്നെ തെരുവിൽ വലിയ ചൂലുകളുമായി എത്തും. തെരുവ് തൂത്തു വൃത്തിയാക്കുന്ന കൊച്ചുകുട്ടിയെ കാണുന്ന ആരുടെയും കരളലിഞ്ഞു പോകും.

ഫൻതീൻ പണിയില്ലാതെയായി എം എന്ന പട്ടണത്തിൽ എത്തി. അവിടെ കറുപ്പു ചായം ഉണ്ടാക്കുന്ന ഒരു പ്രവൃത്തി ഉണ്ടായിരുന്നു. ചായം ഉണ്ടാക്കൽ നഷ്ടത്തിലായി.

ആ പട്ടണത്തിന് അപരിചിതനായ ഒരാൾ ചായമുണ്ടാക്കുന്നതിന് ചെറിയൊരു മാറ്റം വരുത്തി. അതോടെ ചായം നിർമ്മാണം ലാഭകരമായിത്തീർന്നു. ആ പണിയുമായിബന്ധപ്പെട്ടവരൊക്കെ പണക്കാരുമായി. പുതിയസൂത്രം പ്രയോഗിച്ച ആളെ കുറിച്ച് ആർക്കും കൂടുതൽ അറിവൊന്നുമില്ല. അയാൾ എം പട്ടണത്തിലെത്തിയത് ഡിസംബറിലെ ഒരു വൈകുന്നേരമായിരുന്നു. ആ സമയത്ത് ടൗൺഹാളിന് തീപിടിച്ച് കത്തുന്നതു കണ്ടു. ആ മനുഷ്യൻ ഒന്നും ആലോചിക്കാതെ തീക്കുള്ളിലൂടെ ടൗൺഹാളിനകത്തു പാഞ്ഞു. പോലീസ് മേലുദ്യോഗസ്ഥന്റെ രണ്ടുകുട്ടികളെ രക്ഷപ്പെടുത്തിയത് അയാളാണ്. അയാൾ അന്നാട്ടിൽ നിൽക്കുന്നതിന് ആരും എതിരു പറഞ്ഞില്ല. ഫാദർമദലിയെൻ ആണ് അതെന്ന് എങ്ങിനെയോ എല്ലാവരും അറിഞ്ഞു.

ഫാദർ മദലിയെൻ വലിയ വ്യവസായിയായി. ആവശ്യമുള്ളവർ

ക്കൊക്കെ തൊഴിൽ കൊടുക്കാൻ അദ്ദേഹത്തിന് കഴിഞ്ഞു. സത്യമുള്ള വരായിരിക്കുക എന്നത് അദ്ദേഹത്തിന് നിർബന്ധമായിരുന്നു.

ഫാദർ മദലിയെൻ പാവപ്പെട്ടവർക്കായി ധാരാളം പണം ചെലവു ചെയ്തു. ഒരു ധർമ്മാസ്പത്രി ഉണ്ടാക്കി. വിദ്യാലയം സ്ഥാപിച്ചു. ഇതു കണ്ടു പ്രമാണിയാവാൻ വേണ്ടി വേറെയാളും പാവങ്ങളെ സഹായിച്ചു വന്നു. എന്നാൽ 1819ൽ മഹാരാജാവ് ഫാദർ മദലിയനെ എം പട്ടണ ത്തിലെ മേയറാക്കി. അങ്ങനെയുള്ള സ്ഥാനങ്ങളൊന്നും ഇഷ്ടപ്പെടാത്ത ഫാദർ മദലിയൻ മേയർ സ്ഥാനം ഉപേക്ഷിച്ചു. മദലിയൻ കണ്ടുപിടിച്ച വ്യവസായസൂത്രം കൊണ്ട് നാടിനുണ്ടായ നേട്ടം കണക്കിലെടുത്ത് കുരിശ്ശു മുദ്ര സമ്മാനിക്കാൻ രാജാവു തീരുമാനിച്ചു. ഫാദർ മദലിയെൻ അതും ഉപേക്ഷിക്കുകയാണ് ചെയ്തത്.

കോടീശ്വരനായപ്പോൾ എല്ലാ ഉയർന്ന സ്ഥാനങ്ങളിലേക്കും അദ്ദേഹ ത്തെ ക്ഷണിച്ചു. മദലിയൻ ഒന്നും സ്വീകരിക്കാൻ ഇഷ്ടപ്പെട്ടില്ല. ജന ങ്ങൾക്ക് അദ്ദേഹത്തോട് അതിരറ്റ ആദരവു തോന്നി. മദലിയന്റെ പരിചയ ക്കാരായിരിക്കാൻ ഓരോരുത്തരും ഇഷ്ടപ്പെട്ടു.

എം പട്ടണത്തിൽ ഫാദർ മദലിയനെക്കുറിച്ച് നല്ലതു മാത്രമേ പറയാ നുള്ളൂ. രാജാവും പോലീസുദ്യോഗസ്ഥരും നാട്ടുകാരും എല്ലാം കൂടി നിർബന്ധിച്ച് അദ്ദേഹത്തെമേയറാക്കി.

നല്ലവനായ മേയറെയാണ് വേണ്ടത്. അയാളതിൽനിന്നും മാറി നിന്നാലോ...എന്നു ഒരു വൃദ്ധ പറയുന്നതു കേട്ടപ്പോൾ ഫാദർ മദലിയനു മറുപടിയൊന്നും പറയാൻ കഴിഞ്ഞില്ല. അങ്ങിനെയാണ് അദ്ദേഹം പദവി സ്വീകരിച്ചത്.

ഇപ്പോൾ മൊസ്യുമേയർ എന്നാണ് അദ്ദേഹത്തിന്റെ വിളിപ്പേര്. സ്ഥാനക്കയറ്റം കിട്ടിയിട്ടും അഹങ്കാരം ഒട്ടും തോന്നിയിട്ടില്ല. പഴയ തുപോലെയുള്ള ഒതുങ്ങിയുള്ള ജീവിതമാണ്.

മദലിയന്റെ തല നരച്ചു കഴിഞ്ഞു ഒരുകൂലിപ്പണിക്കാരന്റെ കരുവാളി പ്പുള്ള ശരീരം തന്നെ. നോട്ടത്തിൽ ഒരു ഗൗരവമുണ്ട്. തത്വജ്ഞാനിയുടെ ആലോചനാശീലത്തോടെയുള്ള മുഖഭാവമാണ്.

പരുക്കൻ തുണികൊണ്ടുള്ള കുപ്പായവും പരന്നവക്കുള്ള തൊപ്പിയു മാണ് വേഷം. സംസാരമൊക്കെകുറവാണ്. ഒറ്റയ്ക്കുള്ള താമസവും മാറ്റിയില്ല. മേയറുടെ ജോലികളൊക്കെ കൃത്യമായി ചെയ്തുവന്നു. സംസാരിക്കുന്നത് ഒഴിവാക്കാൻ പുഞ്ചിരിച്ചു. ആളുകൾക്ക് ഒരു മര്യാദ ക്കാരനായിട്ടേ മദലിയനെ കാണുവാൻ കഴിഞ്ഞുള്ളൂ.

വയലുകളിൽ വെറുതെ നടക്കുകയും പുസ്തകം വായി ക്കുകയുമാ

യിരുന്നു അദ്ദേഹത്തിന്റെ ഇഷ്ട വിനോദങ്ങൾ. ഏറ്റവും വിശ്വസ്തരായ സ്നേഹിതൻമാരാണ് പുസ്തകങ്ങൾ എന്നാണദ്ദേഹത്തിന്റെ അഭിപ്രായം

പുറത്തിറങ്ങിയാൽ ആരുടെ ആവശ്യവും അദ്ദേഹം സാധിച്ചു കൊടുക്കും. കുപ്പായകീശയിൽ നിറയെ പണവുമായാണ് വീട്ടിൽ നിന്നിറങ്ങുക തിരിച്ചെത്തുമ്പോൾ അവയൊക്കെ തീർന്നിട്ടുണ്ടാവും. കുതിര വീണു കിടക്കുകയാണെങ്കിൽ അദ്ദേഹം പിടിച്ചുയർത്തികൊടുക്കും. ചെളിയിൽ പൂണ്ടുപോയ വണ്ടി വലിച്ചു നീക്കി കൊടുക്കും.

കൃഷിപ്പണിയെ കുറിച്ചുള്ള വിവരങ്ങൾ പറഞ്ഞുകൊടുത്തും സഹായിക്കും. പുഴുകുത്തിനെതിരെ ഉപ്പുവെള്ളം കൊണ്ടുള്ള പ്രയോഗം, കൊത്തൻ എന്ന പ്രാണിയെ തുരത്താനുള്ള കാട്ടുതുളസിയുടെ ഉപയോഗം. എന്നിവയിൽ അദ്ദേഹത്തിന് അറിവുണ്ടായിരുന്നു. തൂവയുടെ ഉപയോഗങ്ങൾ വിശദീകരിച്ചശേഷം അദ്ദേഹം പറഞ്ഞു.

"ചീത്ത ചെടികളോ മനുഷ്യരോ ഇല്ല; ചീത്തകൃഷിക്കാർ മാത്രമേയുള്ളൂ."

എവിടെ ആര് വിഷമിക്കുന്നതു കണ്ടാലും മദലിയൻ അങ്ങോട്ടു ചെന്നുസഹായിക്കും. ഒരു സഹായം ചെയ്തതും ഒരാളോടും പറയുകയുമില്ല.

ഈ സമയത്താണ് ഡി യിലെ മെത്രാൻ സ്വർഗ്ഗാരോ ഹണം ചെയ്തതായി വാർത്ത പരന്നത്. ഒരു മനുഷ്യന്റെ കൈ കൊണ്ട് ഈശ്വരനെ തൊട്ടിട്ടുണ്ടെങ്കിൽ അത് മെത്രാനാണ്. അദ്ദേഹത്തിന്റെ വിയോഗത്തിൽ മൊസ്യുമദലിയൻ ദീക്ഷയെടുത്തു. കറുത്ത ഉടുപ്പുകളും തലയിൽ കറുത്ത തുണിച്ചുരുളുകളും കണ്ട് ജനങ്ങൾ അത്ഭുതപ്പെട്ടു.

ഡി യിലെ മെത്രാൻ മരണപ്പെടുമ്പാൾ എം പട്ടണത്തിന്റെ മേയർ ദീക്ഷയെടുക്കണമെങ്കിൽ ആ കുടുംബത്തിൽപ്പെടുന്നയാളായിരിക്കണമല്ലോ. സംശയം തീർക്കാൻ അദ്ദേഹത്തോടു തന്നെ ചോദിച്ചു. മെത്രാന്റെ കുടുംബത്തിലെ ഒരു ഭൃത്യനായിരുന്നു ചെറുപ്പത്തിലെന്ന് മറുപടികേട്ട ജനങ്ങൾക്ക് അദ്ദേഹത്തോടുള്ള ആദരവ് വീണ്ടും വർദ്ധിച്ചു.

എം പട്ടണത്തിലെ പോലീസുദ്യോഗസ്ഥനാണ് ഴാവേർ. എപ്പോഴും ക്രൂരമായ മുഖഭാവമാണ്. പരന്നമൂക്കും ആഴമുള്ള ദ്വാരങ്ങളും കവിളുകളിലേക്ക് ഉയർന്നുനിൽക്കുന്ന കൂറ്റൻമീശകളും. ചിരിക്കുമ്പോൾ നരിയെപോലെ തോന്നും. ഴാവേർ എന്ന പേരു കേൾക്കുമ്പോൾ പട്ടണത്തിലെല്ലാവരും പേടിക്കും.

മൊസ്യുമദലിയനെ എല്ലാവരും ബഹുമാനിക്കുകയും സ്നേഹിക്കുകയും ചെയ്യുമ്പോൾ അതിൽപ്പെടാതെ നിൽക്കുന്ന ഒരാളാണ് ഴാവേർ.

ക്രൂരതകൂടിയ ഭരണശക്തിയാണ് അയാൾ. ഴാവേർ സംശയത്തോടെ യാണ് നോക്കുന്നതെന്ന് മദലിയന് മനസ്സിലായി. അദ്ദേഹം അതിൽ പ്രത്യേകിച്ചൊന്നും വിചാരിച്ചില്ല. എന്നാൽ ഴാവേറിന്റെ ശ്രദ്ധയിൽപ്പെട്ടു വിഷമിച്ച ഒരു സന്ദർഭം ഉണ്ടായി.

മൊസ്യൂമദലിയൻ തെരുവിലൂടെ നടക്കുകയായിരുന്നു. കുറച്ചകലെ ആൾക്കൂട്ടത്തെ കണ്ടു. വേഗം അങ്ങോട്ടു ചെന്നു. ഫാദർ ഫൂഷൽവാങ് വണ്ടിക്കിടയിൽപ്പെട്ടു കരയുന്നു. ഴാവേർ അവിടെ ഉണ്ടായിരുന്നു. എത്രയുംപെട്ടെന്ന് വണ്ടിയുയർത്തിയില്ലെങ്കിൽ ഫൂഷൽവാങ് മരിച്ചു പോകും.

വണ്ടി ഉയർത്താൻ ആരെങ്കിലും തയ്യാറാവുമെങ്കിൽ അഞ്ചു സ്വർണ്ണ നാണയം തരാം. മൊസ്യൂമദലിയൻ പറഞ്ഞു.

ആരും തയ്യാറായില്ല.

"പത്തുലൂയി നാണയം."

അപ്പോഴും ആരും മുന്നോട്ടുവന്നില്ല.

"ഇരുപതുനാണയം തരാം."

അതിനു മറുപടി പറഞ്ഞത് ഴാവേറാണ്.

"മൊസ്യൂമദലിയൻ, നിങ്ങൾ ആവശ്യപ്പെടുന്ന കാര്യം ചെയ്യുവാൻ സാധിക്കുന്ന ഒരേഒരാളേയുള്ളൂ. അയാൾ ഒരു തടവുപുള്ളിയായിരുന്നു. തൂലോങ്ങിലെ തണ്ടു വലിശിക്ഷ സ്ഥലത്തായിരുന്നു അയാൾ."

"ആഹാ........" മദലിയൻ അറിയാതെ പറഞ്ഞു.

ഫൂഷൽവാങ് ദയനീയമായി കരയുന്നുണ്ട്. ഒരാളും രക്ഷി ക്കാൻ മുന്നോട്ടു വന്നില്ല. ഒടുവിൽ മദലിയൻ വണ്ടിക്കരികിലേക്കു നീങ്ങി.

എല്ലാവരും ഉൽകണ്ഠയോടെ നോക്കിനിൽക്കുകയാണ്. മദലിയൻ ഒന്നുരണ്ടു തവണ വണ്ടിക്കടിയിൽ ആഴ്ന്നു കടന്ന് നടു പ്പുറം കൊണ്ട് വണ്ടിയുയർത്തുവാൻ ശ്രമിച്ചു.

"നിങ്ങൾ പോരൂ മദലിയൻ."

ആളുകൾ കൂകി വിളിച്ചു.

"ഞാൻ മരിച്ചോട്ടേ, മദലിയൻ പോയ്ക്കോ."

ഫൂഷൽ വാങ്ങും പറഞ്ഞു.

കണ്ടുനിൽക്കുന്നവർക്കു ശ്വാസം മുട്ടി.

പെട്ടെന്ന് വണ്ടിയിളകി. മദലിയൻ വണ്ടിയുയർത്തി.

"വന്ന് സഹായിക്കൂ...."

മദലിയനെ സഹായിക്കാൻ ആളുകൾ ഓടിക്കൂടി. വണ്ടി നീക്കി. ഫൂഷൽവാങ് രക്ഷപ്പെട്ടു. മദലിയൻ വിയർത്തിരുന്നു. വിളർത്തിരുന്നു.

ഴാവേർ മാത്രം മദലിയനെ തുറിച്ചുനോക്കി. പിന്നീട് മദലിയനെ കാണുന്നത് ഴാവേർ കഴിയുന്നത്ര ഒഴിവാക്കുകയാണ് ചെയ്തത്.

ഫൻതീൻ എം പട്ടണത്തിലെത്തിയത് അക്കാലത്താണ്.

വ്യവസായശാലയിൽ ഒരു തൊഴിൽ കിട്ടുമോ എന്ന് ഫൻതീൻ അന്വേഷിച്ചുചെന്നു. സ്തീകളുടെ പണിപ്പുരയിൽ അവൾക്കും ജോലികിട്ടി.

പലതും മറന്നെങ്കിലും കൊസെത്തിനെപ്പറ്റി എപ്പോഴും ഓർമ്മിച്ചു കൊണ്ടിരുന്നു. അവൾക്കുവേണ്ട പണം അയച്ചുകൊടുക്കുകയും കത്തെഴുതിക്കുകയും ചെയ്തു.

ഈ വിവരം അറിഞ്ഞ മറ്റു സ്ത്രീകൾക്ക് ഇതിന്റെ രഹസ്യം അറിയാൻ താൽപര്യമായി. ഒടുവിൽ അവർ കത്തിന്റെ വിലാസം കണ്ടുപിടിച്ചു.

മൊസ്യുതെനർദിയെർ, ഹോട്ടൽ കച്ചവടം, മോങ്ങ്ഫെർമിയേ.

വിക്തൂർണ്ണിയേങ്ങ് എന്ന സ്ത്രീ മോങ്ങ്ഫെർമിയേയിൽ പോയി വിവരമറിഞ്ഞു വന്നു.

"ഞാൻ ആ കുട്ടിയെ കണ്ടു."

വിക്തൂർണ്ണിയേങ് വിവരം പരസ്യമാക്കി. ഈ സമയം ഫൻതീൻ കളവു കാണിക്കുകയാണെന്ന പ്രചാരണവുമുണ്ടായി. പണിമുറിയുടെ സൂക്ഷിപ്പുകാരി ഫൻതീനെ അവിടെനിന്നും പിരിച്ചയക്കുന്നതായി അറിയിച്ചു.

മൊസ്യുമദലിയൻ ഇതൊന്നും അറിഞ്ഞില്ല. ഫൻതീൻ ഒരു ജോലിക്കുവേണ്ടി അലഞ്ഞു നടക്കുകയാണ്. പട്ടാളക്കാർക്ക് ഉൾകുപ്പായം തുന്നിക്കൊടുക്കുന്ന പണി കിട്ടി. ചെറിയ വരുമാനമേയുള്ളൂ.

കടം വീട്ടി തീർന്നില്ല. കൊസെത്തിനു പണം അയക്കണം മനോഹരമായ മുടിവിൽക്കാൻ തന്നെ അവൾ തീരുമാനിച്ചു. പത്തു ഫ്രാങ്കാണ് വില കിട്ടിയത്

പണക്കാരിയായാൽ കൊസെത്തിനെ ഒപ്പം താമസിപ്പിക്കുമെന്ന് ഫൻതീൻ സ്വയം പറയുകയായിരുന്നു.

ഫൻതീനെ ദു:ഖിപ്പിച്ചുകൊണ്ട് ഒരു കത്തുകിട്ടി. കൊസെത്തിന് പകർച്ചരോഗം പിടിപെട്ടിരിക്കുന്നു. ചികിത്സിക്കാൻ പണം വേണം.

ആവശ്യപ്പെട്ടത്ര പണം സമ്പാദിക്കാൻ ഒരു വഴിയും കാണാതെ ഫൻതീൻ വിഷമിച്ചു.

തെരുവിലൂടെ നടക്കുമ്പോൾ ഒരാൾക്കൂട്ടം കണ്ട് ഫൻതീൻ അങ്ങോട്ടു ചെന്നു. പല്ലിനുള്ള മരുന്നുകളും മറ്റും വിൽക്കുന്ന ഒരു വൈദ്യൻ ഉണ്ടവിടെ. ഫൻതീൻ ചിരിക്കുന്നതു കണ്ടു വൈദ്യൻ പറഞ്ഞു.

"ഏയ് പെൺകിടാവേ.......നിങ്ങളുടെ പല്ലുകൾ ഭംഗിയുള്ളവയാണ്. രണ്ടുപല്ലുകൾ തരുമെങ്കിൽ നല്ല വില തരാം.

കൊസെത്തിന്റെ ചികിത്സയ്ക്കുള്ള പണം ഉണ്ടാക്കുവാൻ വഴി കണ്ടെത്തിയതിൽ ഫൻതീൻ ആശ്വസിച്ചു. അവൾ പല്ലു വിറ്റു പണം വാങ്ങി.

ഫൻതീനു കിടക്കാൻ കിടക്കയില്ല. പുതപ്പില്ല ഒരു പായ മാത്രമേയുള്ളൂ. കടം കൊണ്ട് പൊറുതിമുട്ടി. തുന്നൽപ്പണിയിൽനിന്നും കിട്ടുന്നതുകൊണ്ട് കൊസെത്തിന്റെ പേരിൽ അയക്കാൻ തികയില്ല. കടക്കാരാണെങ്കിൽ ഫൻതീനെ ബുദ്ധിമുട്ടിച്ചു കൊണ്ടേയിരുന്നു.

കൊസെത്തിനെ വീട്ടിൽ പാർപ്പിക്കണമെങ്കിൽ ഇനിയും പണം വേണമെന്നും ഉടൻകിട്ടിയില്ലെങ്കിൽ കുട്ടിയെ തെരുവിലിറക്കിവിടുമെന്നും അറിയിച്ചുകൊണ്ടുള്ള കത്തു കിട്ടി. വിൽക്കാവുന്നതൊക്കെ വിൽക്കാമെന്ന് വിചാരിക്കാനേ ഫൻതീനു കഴിഞ്ഞുള്ളൂ.

ഇതിനിടയിൽ വഴിയിലൂടെ പോകുമ്പോൾ ഒരാൾ പല്ലില്ലാത്ത മുടിയില്ലാത്ത വിരൂപയെന്ന് ഫൻതീനെ പരിഹസിച്ചു. അയാൾ അവളുടെ മേൽ മഞ്ഞുകട്ടകൾ വാരിയെറിഞ്ഞു. ഫൻതീൻ അയാളുമായി വഴക്കായി. ഇൻസ്പെക്ടർ ഇതു കണ്ടു. ഫൻതീനെ ഴാവേർ പിടിച്ചുകൊണ്ടുപോയി.

സ്റ്റേഷനിൽനിന്നും ഹൃദയം തകർന്നുകൊണ്ടു ഫൻതീൻ സ്വന്തം ജീവിതം ഴാവേറിന്റെ മുന്നിൽ നിവർത്തിവച്ചു. അവളുടെ ശബ്ദം തേങ്ങലുകൊണ്ട് ഇളകിയിരുന്നു. കണ്ണീരുകൊണ്ട് അവളുടെ കണ്ണുകൾ മങ്ങിപ്പോയിരുന്നു. കരിങ്കല്ലായിരുന്നു അയാളുടെ ഹൃദയമെങ്കിൽ ഫൻതീന്റെ ദു:ഖങ്ങൾകൊണ്ട് അത് മയപ്പെട്ടേനേ. അയാൾ ഫൻതീനെ ആറുമാസത്തെ തടവിനു ശിക്ഷിച്ചു.

പോലീസുകാർ ഫൻതീന്റെ കയ്യിൽ പിടിച്ചുവലിക്കാൻ തുടങ്ങി.

"നിൽക്കൂ."

ശബ്ദം കേട്ട ഭാഗത്തേക്ക് എല്ലാവരും നോക്കി. അത് മൊസ്യൂ മദലിയൻ ആയിരുന്നു. ഫൻതീൻ പറയുന്നതു മുഴുവൻ അദ്ദേഹം പുറത്തു നിന്നു കേട്ടിരുന്നു.

ഫൻതീൻ ഓടിവന്നു മദലിയന്റെ മുന്നിൽ നിന്നു.

"ഓഹോ നിങ്ങളാണോ മൊസ്യൂമെയർ....."

ഫൻതീൻ ഉറക്കെ ചിരിച്ചട്ടഹസിച്ചു. എന്നിട്ട് മദലിയന്റെ മുഖത്തേക്ക് കാർക്കിച്ചുതുപ്പി.

മൊസ്യൂമദലിയൻ മുഖം തുടച്ചു പറഞ്ഞു.

"ഇൻസ്പെക്ടർ ഴാവേർ, ഈ സ്ത്രീയെ വിട്ടയക്കണം."

ഫൻതീനും ഴാവേറും ഒരുപോലെ പരിഭ്രമിച്ചു. വിട്ടയക്കാൻ പറഞ്ഞ ത് മദലിയനാണെന്ന് വിശ്വസിക്കാൻ ഫൻതീനു കഴിഞ്ഞില്ല. ആരുടേയോ ദുഷിപ്പുകേട്ട് പണിയിൽനിന്നും പിരിച്ചയച്ച മൊസ്യുമേയറാണ് തന്റെ എല്ലാ പ്രയാസങ്ങൾക്കും കാരണമെന്ന് ഫൻതീൻ പറഞ്ഞു. പിന്നെ വായിൽ വന്ന തെറികളൊക്കെ മദലിയന്റെ നേരെയെറിഞ്ഞു. മൊസ്യു മദലിയൻ ക്ഷോഭം കൂടാതെ ഫൻതീൻ പറയുന്നതൊക്കെ കേട്ടു. എന്നിട്ടു ചോദിച്ചു.

"നിങ്ങൾക്ക് എത്ര കടമുണ്ട്.?"

"ഞാൻ നിങ്ങളോടല്ലല്ലോ പറയുന്നത് എനിക്ക് ഇൻസ്പെക്ടർ ഴാവേറിനെ പേടിയാണ്."

ഫൻതീൻ അവിടെനിന്നും ഇറങ്ങി. ഴാവേർ തടഞ്ഞുകൊണ്ടു പറഞ്ഞു.

"ആരാണ് നിന്നെ വിട്ടയച്ചത്.?"

"ഞാൻ.." മദലിയൻ ഉടൻ പറഞ്ഞു.

ഭരണവും നിയമവും കൈകാര്യം ചെയ്യുന്നതിനെ കുറിച്ച് മൊസ്യു മദലിയനും ഴാവേറും തർക്കത്തിലായി. ഫൻതീനെ തടവിലിടണമെന്ന കാര്യത്തിൽ ഴാവേർ ഉറച്ചുനിന്നു. അവളെ മോചിപ്പിക്കുന്നതിനുള്ള കൽപ്പന അനുസരിച്ചുകൊള്ളുവാൻ മേയർ അവസാനവാക്കായി പറഞ്ഞു. ഴാവേർ പിന്നെ അവിടെ നിന്നില്ല.

ഫൻതീന് മൊസ്യുമേയറോട് അളവറ്റ ബഹുമാനവും സ്നേഹവും തോന്നി.

"നിങ്ങൾ പറഞ്ഞതു ഞാൻകേട്ടു. പണിയിൽനിന്നും പിരിച്ചുവിട്ടത് എന്റെ ശ്രദ്ധയിൽപ്പെട്ടില്ല. ഇനി മുതൽ നിങ്ങളുടെയും കുട്ടിയുടെയും ജീവിതച്ചെലവ് ഞാൻ നൽകികൊള്ളാം. നിങ്ങൾ പരിശുദ്ധയും പാവവുമാണ്."

മൊസ്യുമദലിയന്റെ വാക്കുകൾ അവൾക്കു സഹിക്കാവുന്നതിലും അധികമായിരുന്നു. അവൾ ആ കാലുകളിൽ വന്ദിച്ചു. പെട്ടെന്ന് ബോധക്ഷയം വന്ന് അവിടെ വീണു.

ഫൻതീനെ ആശുപത്രിയിലാക്കി. ദിവസവും രണ്ടുനേരം മൊസ്യു മദലിയൻ അവിടെ വന്ന് വിവരം അന്വേഷിച്ചുകൊണ്ടിരുന്നു.

"കൊസെത്ത് വേഗം വരുമോ?."

"കൊസെത്തിനെ കൊണ്ടുവരാനുള്ള ഏർപ്പാടാക്കിയിട്ടുണ്ട്.

മൊസ്യുമദലിയൻ തന്നെ മോങ്ഫെർമിയെയ്ക്കു പോകുവാൻ

തീരുമാനിച്ചിട്ടുണ്ട്. ആപ്പിസുമുറിയിൽ പ്രവർത്തികൾ തീർത്തിട്ടു പോകാമെന്നാണ് വിചാരിച്ചത്. ആ സമയത്തുണ്ട് ഴാവേർ കയറിവരുന്നു.

“മൊസ്യുമദലിയൻ, ഞാൻ കുറ്റം ചെയ്തു. എന്നെ ഉദ്യോഗത്തിൽ നിന്നും പിരിച്ചയക്കണം.”

“ഴാവേർ എന്തു കുറ്റമാണ് ചെയ്തത്.?”

“ഞാൻ അങ്ങയെപ്പറ്റി തെറ്റായ അറിവു കൊടുത്തു.”

“എന്തറിവ്.?”

നിങ്ങളെ മുമ്പ് കണ്ടപ്പോഴേ എനിക്ക് സംശയം തോന്നിയിരുന്നു. തണ്ടുവലിശിക്ഷക്കാരെ നോക്കാനുള്ള പോലീസുകാരുടെ കൂട്ടത്തിൽ ഞാനുണ്ടായിരുന്നു. എന്ന് നിങ്ങൾക്കറിയില്ലല്ലോ. അവിടെയുണ്ടായിരുന്ന ഴാങ് വാൽ ഴാങ് പുറത്തിറങ്ങിയശേഷം എങ്ങോട്ട് പോയെന്ന് ആർക്കും അറിയില്ല. അയാളെപ്പോലൊരു ശക്തിമാനെ ഞാൻ വേറെ കണ്ടിട്ടില്ല. നിങ്ങളെ കണ്ടപ്പോൾ ഴാങ് വാൽ ഴാങാണെന്നു സംശയമുണ്ടായിരുന്നു. പക്ഷെ തീർച്ചവന്നില്ല. കഴിഞ്ഞ സംഭവങ്ങളിൽ ഫൻതീന്റെ കാര്യത്തിൽ അപമാനിക്കപ്പെട്ടു എന്നു എനിക്കു തോന്നി. ദേഷ്യത്തിനു ഞാൻ മേലുദ്യോഗസ്ഥന്മാർക്കെഴുതി.

“എന്താണെഴുതിയത്?.”

“താങ്കൾ ഴാങ് വാൽഴാങാണെന്ന്.”

“സാരമില്ല.”

പക്ഷെ ഴാങ് വാൽഴാങിനെ ആപ്പിൾ കട്ടതിന് വേറൊരു സ്ഥലത്തുവച്ച് പിടിച്ചിട്ടുണ്ട്. അയാൾ ഴാങ് തന്നെയോ എന്ന് തീർച്ചപ്പെടുത്തുവാൻ രണ്ടു ജീവപര്യന്തക്കാരെ കൊണ്ടുവന്നു. അത് അയാൾ തന്നെയെന്ന് ഉറപ്പിച്ചു പറഞ്ഞു. എന്റെ പരാതി കിട്ടിയതിൽ എന്നെ വിളിപ്പിച്ചു. അയാളെ കാണിച്ചുതന്നു. ആ കണ്ടത് സത്യമാണ്. അയാൾ ഴാങ് വാൽഴാങാണെന്നു എനിക്കും മനസ്സിലായി.

“ഇനിയിപ്പം എന്തുവേണം.?”

“എന്നെ ജോലിയിൽ നിന്നും പിരിച്ചയക്കണം.”

ഇതു നല്ല കഥ. നിങ്ങൾ സത്യസന്ധമായി ജോലി ചെയ്തു. മറ്റു കാര്യങ്ങളൊന്നും ഇപ്പോൾ പറയാനില്ല. നിങ്ങൾ പ്രവർത്തി ചെയ്തു കൊള്ളൂ.

മൊസ്യുമദലിയന്റെ നിർബന്ധത്തിനു വഴങ്ങി ഴാവേർ പോയി.

മൊസ്യുമദലിയൻ അന്നും ഫൻതീനെ കാണാനെത്തി. ഫൻതീന് അസുഖം കൂടിയിരിക്കുകയാണ്. എത്രയും പെട്ടെന്ന് കൊസെത്തിനെ എത്തിച്ചാൽ അസുഖം കുറയുമെന്ന് വൈദ്യൻ പറഞ്ഞിട്ടുണ്ട്.

മോങ്ങ് ഫെർമിയയിലേക്കു പോകുവാൻ ഒരു കുതിര വേണം. കുതിര ക്കാരനെ കണ്ട് മോങ്ങ് ഫെർമിയെ വരെ പോയി തിരിച്ചുവരാനുള്ള വാടക പറഞ്ഞുറപ്പിച്ചു. അടുത്ത ദിവസത്തേക്ക് കുതിരയെ അയക്കാൻ പറ ഞ്ഞേൽപ്പിച്ച് മദലിയൻ വീട്ടിലെത്തി.

രാത്രി മദലിയൻ ഉറങ്ങിയില്ല. മുറിയിലൂടെയുള്ള നടത്തത്തിന്റ ശബ്ദം അടുത്ത മുറിയിലുള്ള ഭണ്ഡാരം സൂക്ഷിപ്പുകാരൻ കേൾക്കു ന്നുണ്ടായിരുന്നു.

മൊസ്യുമദലിയൻ ആലോചനയിൽ മുഴുകി.

സമുദ്രത്തെക്കാൾ മഹത്തരമായൊരു കാഴ്ചയുണ്ട്. അത് ആകാശ മാണ്. ആകാശത്തെക്കാൾ മഹത്തരമായൊരു കാഴ്ചയുണ്ട്, അത് മനുഷ്യന്റെ മനസ്സാണ്.

കഴിഞ്ഞ കാലങ്ങളൊക്കെ മദലിയന്റെ മനസ്സിലൂടെ പല വിധത്തിൽ കടന്നു പോയി. ആലോചിക്കേണ്ട എന്നു വിചാരി ച്ചിട്ടും ഓർമ്മകളെ തടയാൻ കഴിഞ്ഞില്ല. സ്വയം സംസാരിക്കാത്ത മനുഷ്യരില്ല. വാക്ക് മഹാ ത്ഭുതമാണ്. കണ്ടിട്ടില്ലെങ്കിലും തൊട്ടറി ഞ്ഞിട്ടില്ലെങ്കിലും ആത്മാവിലെ വാസ്തവങ്ങൾ ഇല്ലാതാകുന്നില്ല. മെത്രാൻ ആവശ്യപ്പെട്ടതുപോലെ സത്യവാനും സുശീലനും ആവു കയാണ് അദ്ദേഹത്തിന്റ ലക്ഷ്യം. അതി നുവേണ്ടി പേരു മറച്ചുവച്ചു നല്ലവനാകുവാൻ യത്നിച്ചപ്പോൾ മറ്റൊരു മനുഷ്യൻ ശിക്ഷയ്ക്കു വിധേയനായി. ജീവിതം മുഴുവൻ നിഷ്ഫ ലമായോ എന്ന് തോന്നി പോകുന്നു.

ചിന്തയിൽനിന്നും മുക്തനാവാതെ അയാൾ ഇരുന്നു. ടൗൺ ഹാളിൽനിന്നും പള്ളിയിൽ നിന്നും പന്ത്രണ്ടുമണിയുടെ മണിമുഴങ്ങി.

ഇതുവരെയും മദലിയൻ സ്വന്തം കാര്യത്തെപ്പറ്റിയായിരുന്നു ചിന്തി ച്ചത്. ഫൻതീൻ ഓർമ്മയിലെത്തി. ഷാങ്ങ്മാത്തിയോവിനെ മോചിപ്പി ക്കുന്നതിന് സത്യം പറഞ്ഞു ചെന്നാൽ ഫൻതീന്റെ കാര്യം കഷ്ടത്തി ലാവും. അവളെ രക്ഷിക്കാൻ വേറാരുമില്ല. കൊസെത്തിന്റെ ഭാവി ഇരുളടഞ്ഞതാവരുത്.

ഇക്കാലമത്രയും പഴയമാറാപ്പും മുളവടിയും മദലിയൻ സൂക്ഷിച്ചി രുന്നു. തിരിച്ചറിയാൻ പറ്റുന്ന അതൊക്കെയും മദലിയൻ കത്തിച്ചുകള ഞ്ഞു. ആ പ്രകാശത്തിൽ മെത്രന്റെ മെഴുകുതിരിക്കാലുകൾ കണ്ടു. അത് ഒരു ലോഹദണ്ഡുമാത്രമാക്കി മാറ്റി. എല്ലാ തെളിവുകളും നശിച്ചു കഴിഞ്ഞു.

“ഴാങ് വാൽ ഴാങ് ! ഴാങ് വാൽ ഴാങ്.”

അദ്ദേഹത്തിന്റ ഉള്ളിൽനിന്നും ഒരു ശബ്ദം ഉറക്കെ വിളിക്കുന്നതു

പോലെ തോന്നി. നെറ്റിത്തടത്തിൽ വിയർപ്പൊഴുകി. അതുവരെ ഇല്ലാതിരുന്ന ഒരു ഭയം. അവിടെ ആരെങ്കിലും ഉണ്ടോയെന്ന് സംശയിച്ചു.

ഷാങ്മാത്തിയോവിനെ വിചാരണചെയ്യേണ്ടിടത്തു പോകേണ്ട എന്നുള്ള തീരുമാനമെടുക്കുമ്പോൾ തന്നെ അയാൾക്ക് ശിക്ഷ കിട്ടാനിട വരരുത് എന്നും മനസ്സു പറയും.

മുറിയിൽ അങ്ങോട്ടുമിങ്ങോട്ടും നടക്കാൻ തുടങ്ങിയിട്ട് മണിക്കൂറുകൾ ഏറെയായി. പുലരാൻ കാലത്തെ മൂന്നുമണിയുടെ മുഴക്കം കേട്ടു. മദലിയൻ ചാരുകസേരയിൽ ചരിഞ്ഞു വീണു. അവിടെ ഉറങ്ങിപ്പോയ മദലിയൻ സ്വപ്നം കണ്ടു.

സ്വപ്നത്തിൽ നിന്നുമുണരുമ്പോൾ സമയം അഞ്ചുമണി കഴിഞ്ഞിരുന്നു. മുന്നേ ഏർപ്പാടു ചെയ്ത കുതിരവണ്ടി വാതിൽക്കൽ വന്നിട്ടുണ്ടായിരുന്നു. മോങ്ഫെർമിയെയിലേക്കു പോകേണ്ട കാര്യം മദലിയനു ഓർമ്മവന്നു.

വണ്ടിയിൽ കയറിയശേഷം തീരുമാനത്തിനു മാറ്റം വന്നു. അയാൾ ഷാങ്മാത്തിയോ ഉള്ള ആറായിലേക്ക് വണ്ടിവിട്ടു. വഴിക്ക് ഒരു തപാൽ വണ്ടിയുമായി മുട്ടി. പക്ഷെ നിർത്താതെ ഓടിച്ചു പോയി.

കുറെ ദൂരത്തെത്തിയപ്പോൾ കുതിരയ്ക്കു ഭക്ഷണം കൊടുക്കാൻ നിർത്തി. അവിടെയുള്ള ആളാണ് വണ്ടിചക്രത്തിന് കാര്യമായ തകരാറുണ്ടായതായി കണ്ടത്. അതും കൊണ്ട് യാത്ര ചെയ്യാൻ പറ്റില്ലെന്നു മനസ്സിലായി. വേറൊരു വണ്ടികിട്ടാൻ വല്ലതെ വിഷമിച്ചു. അതിൽ യാത്ര തുടർന്നു. കുറച്ചു ദൂരം ചെന്നപ്പോൾ വഴി നന്നാക്കുകയാണ്. നേരെയുള്ള വഴിയെ പോകാൻ കഴിയില്ലെന്ന് മനസ്സിലായി.

വഴി വളരെ മോശമായിരുന്നു. സമയം വൈകുന്നു. വിചാരിച്ച സമയത്ത് എത്തിയില്ലെങ്കിൽ ഷാങ്മാത്തിയോവിന് തണ്ടുവലിശിക്ഷ വിധിക്കും.

"വണ്ടി വേഗം വിട്."

വണ്ടിക്കാരൻ വേഗത കൂട്ടിയതും ചക്രത്തിന്റെ ആണി പോയി. പിച്ചാത്തികൊണ്ട് ഒരു മരക്കൊമ്പ് മുറിച്ച് ചെത്തി ആണിയാക്കി. യാത്ര തുടർന്നു.

ഈ സമയത്ത് ഫൻതീൻ സിസ്റ്ററോട് പറഞ്ഞു.

"എനിക്ക് മൊസ്യുമദലിയനെ ഒന്നു കാണണം."

സാധാരണ ഉച്ചകഴിഞ്ഞ് മൂന്നുമണിക്കാണ് മദലിയൻ വരാറുള്ളത് ഏകദേശം രണ്ടരമണി കഴിഞ്ഞപ്പോൾ ഫൻതീൻ പത്തിരുപതുതവണ സമയമെത്രയായി എന്നന്വേഷിച്ചു.

മൂന്നുമണി കഴിഞ്ഞിട്ടും നാലുമണികഴിഞ്ഞിട്ടും മദലിയൻ എത്തിയില്ല.

"മണി അഞ്ചായി." അവൾ മന്ദമായി സിസ്റ്ററോട് പറഞ്ഞു.

"നാളെ ഞാൻ പോവുകയാ. ഇന്ന് അദ്ദേഹം വരേണ്ടതായിരുന്നു."

ഫൻതീൻ മൃദുവായ ശബ്ദത്തിൽ ഒരുപാട്ടുപാടി. കൊസെത്ത് മോളെ ഉറക്കുവാൻ വേണ്ടി പാടാറുള്ള പാട്ടാണത്. കഴിഞ്ഞ അഞ്ചുകൊല്ലമായി ഫൻതീൻ ആ പാട്ടു പാടാറില്ല.

സിസ്റ്റർ മൊസ്യുമദലിയനെ അന്വേഷിക്കുവാൻ ഒരു വേലക്കാരിയെ പറഞ്ഞയച്ചു. ഒരു കുതിരവണ്ടിയിൽ മദലിയൻ പോകുന്നത് ചിലരെല്ലാം കണ്ടെന്ന വിവരം അവളറിയിച്ചു.

"നിങ്ങളെന്താണ് മെല്ലെപറയുന്നത് മൊസ്യുമദലിയൻ വരാത്തതെന്താ?"

ഫൻതീനെ സമാധാനിപ്പിക്കാൻ സിസ്റ്റർ പറഞ്ഞു.

"അദ്ദേഹം കൊസെത്തിനെ കൂട്ടികൊണ്ടുവരാൻ പോയിരിക്കയാണ്."

ഫൻതീൻ എഴുന്നേറ്റിരുന്നു. അവളുടെ കണ്ണുകൾ മിന്നിത്തിളങ്ങി. അതുവരെ ശോകമയമായ ആ മുഖത്ത് അവാച്യമായ ഒരു ആഹ്ളാദം തെളിഞ്ഞു. അവൾ കൈകൾ മുകളിലേക്കുയർത്തി. ചുണ്ടുകൾ ഈശ്വരവന്ദനം മന്ത്രിച്ചു.

"സിസ്റ്റർ മൊസ്യുമദലിയൻ എപ്പോഴാണ് വരിക."

"നാളെ തിരിച്ചെത്തുമെന്നാ തോന്നുന്നത്."

"നാളെ..നാളെ..നാളെ ഞാൻ കൊസെത്തിനെ കാണും."

ഫൻതീൻ പ്രകാശമാനമായി. അവൾ മെല്ലെ തലചായ്ച്ചു കിടന്നു.

ആറാപട്ടണത്തിലെത്തിയ മൊസ്യുമദലിയൻ കോടതി എവിടെയെന്നറിയാതെ അലഞ്ഞു. രാത്രിയായതു വഴി തേടാൻ പ്രയാസമുണ്ടാക്കി. ഒരു വഴിപോക്കനെ കണ്ടു.

"ഏയ് ഇവിടുത്തെ കോടതി എവിടെയാണ്.?"

"എന്തിനാണ്? കോടതിയിലേക്ക് പോകണമെന്നുണ്ടോ."

"ഒരു വക്കീലിനെ കാണാനാണ്. ഇപ്പോൾ കോടതി പിരി ഞ്ഞിരിക്കുമോ?"

"നിങ്ങൾക്കു ഭാഗ്യമുണ്ടെങ്കിൽ കാണാം. ഞാൻ ആ ഭാഗത്താണ്. എന്റെ കൂടെ പോരൂ."

മൊസ്യുമദലിയൻ അയാളുടെ കൂടെ ചെന്നു.

കോടതിയുടെ അടുത്തെത്തിയപ്പോൾ അതിന്റെ വാതിൽ കാണിച്ചു കൊണ്ട് വഴിപോക്കൻ സ്വന്തം വഴിക്കുപോയി.

കോടതിയിൽ ആരൊക്കെയോ ഉണ്ട്. ആദ്യം കണ്ട വക്കീലിനോട് ചോദിച്ചു.

"കേസ് വിചാരണ എവിടെവരെയെത്തി സാർ?."

"കഴിഞ്ഞു."

"കഴിഞ്ഞു?"

"ങ്ഹാ. എന്തേ?"

"വിധി?"

"കഠിനതടവ്. ജീവപര്യന്തം."

"അപ്പോ അയാൾ തന്നെയാണെന്ന് തീർച്ചയായോ?."

"ഏതാൾ? അങ്ങനെയൊരു വാദമില്ലല്ലോ...... ആ സ്ത്രീ കൊലചെയ്തത് മനപൂർവ്വമല്ലെന്നുള്ള വാദം കോടതി തള്ളി.

"അതൊരു സ്ത്രീയാണോ."

"നിങ്ങൾ ആരെക്കുറിച്ചാണ് അന്വേഷിച്ചത്?."

"ഇനി ഏതെങ്കിലും കേസ്സുണ്ടോ?"

"അതു വലിയവാദമൊന്നും വേണ്ടിവരില്ല. പഴയ ഒരു തടവുകാരൻ കളവുചെയ്ത കേസ്സാ."

"ഞാനൊന്നു കേൾക്കട്ടെ."

മദലിയൻ കോടതിമുറിയിലേക്കു നടന്നു. വക്കീൽ പുറ ത്തേക്കു പോയി.

വാതിൽക്കലുള്ള ശിപായി മദലിയനെ തടഞ്ഞു.

"ഇനി ആരെയും അങ്ങോട്ട് കടത്തില്ല. വിചാരണ തുടങ്ങിക്കഴിഞ്ഞു."

മദലിയൻ കുറച്ചു നേരം ആലോചിച്ചിരുന്നു. കീശയിൽ നിന്നും ഒരു കടലാസെടുത്തു. അതിൽ മൊസ്യുമദലിയൻ എം പട്ടണത്തിലെ മെയർ എന്നെഴുതി. ജഡ്ജിക്കു കൊടുക്കുവാൻ ആ കടലാസു ശിപായിക്കു കൊടുത്തു.

ശിപായി കടലാസു വാങ്ങി അകത്തേക്കു പോയി.

മദലിയനു അകത്തേക്കു കടക്കുവാനുള്ള അനുവാദം കിട്ടി. തിരക്കിനുള്ളിൽ മദലിയൻ കടന്നു നിന്നു.

തന്നെപ്പോലെയുള്ള ഒരാൾ തന്നെയാണ് അവിടെ വിചാരണ നേരിടുന്നത്. ഡി പട്ടണത്തിൽ അയാൾ ചെന്ന പ്പോഴത്തെപ്പോലെ തന്നെയുള്ള വേഷം.

വർഷങ്ങൾക്കുമുൻപു ഞാൻ വിചാരണ നേരിട്ട അതേ രംഗം തന്നെ. വിധി കർത്താക്കൻമാർ, ഗുമസ്ഥൻമാർ പട്ടാളക്കാർ, എല്ലാം ഇരുപത്തേഴു കൊല്ലം മുമ്പുള്ള പോലെത്തന്നെ. പൈശാ ചികങ്ങളായ ആ സ്ഥിതി വിശേഷങ്ങളെല്ലാം ചുറ്റും വന്ന് പൊതി യുന്നതുപോലെ. അയാൾ ഭയപ്പെട്ടു കണ്ണടച്ചു.

വിചാരണയിലിരിക്കുന്ന അയാളെ എല്ലാവരും ഴാങ് വാൽ ഴാങ് എന്ന് വിളിക്കുന്നു. വെറും ഒരു കൊള്ളക്കാരനായിട്ടല്ല അയാളെ കാണുന്നത്. ഒരു പഴക്കള്ളൻ മാത്രവുമല്ല. ഒരു തട്ടിപ്പറിക്കാരൻ തടവിൽനിന്നു വിട്ടുപോയിട്ടുള്ള ഒരു പഴയകള്ളപുള്ളി. ഏറ്റവും അപകടക്കാരനായ ഒരു തെമ്മാടി. എട്ടു കൊല്ലം മുമ്പ് തൂലോങ്ങിയെ തണ്ടുവലിശിക്ഷ കഴിഞ്ഞ ഉടനെ ഴെർവെക്കുട്ടിയുടെ നാണ്യം തട്ടിയെടുത്തവൻ. ഴാങ് വാൽ ഴാങ് എന്ന കെഡിയാണിത്. പുതിയ ഒരു കുറ്റം കൂടി ചെയ്തിരിക്കുന്നു. വെറുതെ വിട്ടുകൂടാ. തണ്ടുവലി ശിക്ഷ തന്നെ വേണം. പുറത്തിറങ്ങിയാൽ അപകടകാരിയാണിയാൾ.

സാക്ഷികളെല്ലാം വിചാരണക്കാരന് എതിരായിട്ടാണ് മൊഴി കൊടുക്കുന്നത്. അതുകൊണ്ട് ശിക്ഷ ഏതാണ്ട് ഉറപ്പായിരിക്കുന്നു.

പ്രതിഭാഗം വക്കീൽ വളരെ സമർഥമായിതന്നെ വാദിച്ചു. അയാൾ ഴാങ് വാൽ ഴാങല്ല ഷാങ് മാത്തിയോ ആണെന്നു തന്നെ വക്കീൽ വാദിച്ചു. അപ്പിൾപ്പഴം പൊട്ടിച്ചെടുക്കുന്നതു കണ്ടവരാരുമില്ലായിരുന്നു. നിലത്തു കണ്ടപ്പോൾ എടുത്തതാണെന്നാണ് വക്കീലിന്റെ വാദം.

ഷാങ് മാത്തിയോ, ഴാങ് വാൽ ഴാങാണെന്ന് ഒപ്പം തടവനുഭവിച്ചിട്ടുള്ളവർ തറപ്പിച്ചു പറഞ്ഞതാണ് കുഴപ്പമായത്.

വക്കീൽമാരുടെ വാദം കഴിഞ്ഞപ്പോൾ പ്രധാന ജഡ്ജി ചോദിച്ചു.

"എന്തെങ്കിലും വിശേഷിച്ചു പറയാനുണ്ടോ?"

ഉറക്കമുണർന്ന ഒരാളെപ്പോലെ അയാൾ കുലുങ്ങി നിന്നു.

"ഉണ്ട് പറയാനുണ്ട്, ഞാൻ പാരീസിൽ ഒരു വണ്ടിപ്പണി ക്കാരനായിരുന്നു. മൊസ്യുബാലുവിന്റെ കീഴിലാണ് പണിയെ ടുത്തത്. വല്ലാത്ത പണിയാണ്. നാൽപ്പതു വയസ്സാകുമ്പോൾ പണിക്കാരൻ വയസ്സനാവും. അത്ര മോശം പണിയാണ്. എനിക്കൊരു മകളുണ്ട്. അലക്കുജോലിയാണവൾക്ക്. വൈകുന്നേരം ഏഴുമണിക്കാണ് അവൾ ജോലി കഴിഞ്ഞുവരുന്നത്. അവൾ പാവ മാണ്. ഇതൊക്കെ അന്വേഷിച്ചൽ മനസ്സിലാകും. ഞാൻ ഷാങ്മാ ത്തിയോ ആണ്."

പ്രധാന ജഡ്ജി പറഞ്ഞു.

മൊസ്യുബാലുവിന് കൽപ്പന അയച്ചു. അയാൾ എവിടെയെന്ന്

ആർക്കും അറിയില്ല. രണ്ടുകാര്യങ്ങളാണ് ഇവിടെ തീർപ്പുകൽപ്പിക്കാനുള്ളത്. "ആപ്പിൾപ്പഴം കട്ടുവോ ഇല്ലയോ. ഴാങ് വാൽഴാങ് നീയാണോ അല്ലയോ."

"എനിക്ക് പഠിപ്പൊന്നുമില്ല. ഞാനൊരു പാവമാണ്. അവിടെ നിലത്തുണ്ടായിരുന്ന ആപ്പിൾ ഞാൻ പെറുക്കിയെടുത്തതാണ്. മൊസ്യുബാലുവിന്റെ കീഴിൽ പണിയെടുത്ത ഷാങ്മാത്തിയോ ആണ് ഞാൻ. എന്തിനാണ് എല്ലാവരും കൂടിയെന്നെ ഇങ്ങനെ കഷ്ടപ്പെടുത്തുന്നത്..... ഞാൻ കട്ടിട്ടില്ല."

"ഇയാൾ ഴാങ് വാൽ ഴാങ് തന്നെയാണെന്ന് സാക്ഷ്യപ്പെടുത്തുന്നതിന് സഹതടവുകാരെ ഒരിക്കൽ കൂടി കൊണ്ടുവരണമെന്ന് ഞാൻ അപേക്ഷിക്കുന്നു." സർക്കാർ വക്കീൽ പറഞ്ഞു.

ബ്രാവെ, ഷെനിൽദിയു, കോഷ്പയിൽ എന്നീ സാക്ഷികളെ ഉടനെ ഹാജരാക്കി.

പ്രധാന ജഡ്ജി ബ്രാവെയോട് ആവശ്യപ്പെട്ടു.

"സൂക്ഷിച്ചു നോക്കി പറഞ്ഞാൽ മതി. സത്യമേ പറയാവൂ. ഇയാൾ ഴാങ് ആണോ?"

ബ്രവെ തടവുപുള്ളിയെനോക്കി, കോടതിയുടെ നേരെ പറഞ്ഞു.

"ഞാനാണ് ഇയാളെ ഒന്നാമതായി തിരിച്ചറിഞ്ഞത്. 1796ൽ തൂലോങ്ങിൽ വരികയും 1815ൽ വിട്ടുപോവുകയും ചെയ്ത ഴാങ് വാൽ ഴാങാണിത്. തണ്ടുവലിശിക്ഷാസ്ഥലത്ത് എനിക്കിയാളെ നന്നായറിയാം."

അടുത്തായി ഷെനിൽദിയുവിനെ ഹാജരാക്കി.

"അഞ്ചുകൊല്ലത്തോളം ഒരു ചങ്ങലയിലാണ് ഞങ്ങൾ കിടന്നിരുന്നത്."

കോഷ്പിയൽ തടവുകാരനെ നോക്കിപറഞ്ഞു.

"ഴാങ് വാൽ ഴാങ് തന്നെ. യന്ത്രത്തിരിപ്പാണി ഴാങ് എന്നു കൂടി പേരുണ്ട്. അത്രയ്ക്ക് ശക്തിയുള്ളവനാണ്.

പ്രധാന ജഡ്ജി തടവുകാരനെ നോക്കി ചോദിച്ചു.

"കേട്ടല്ലോ. എന്താണു സമാധാനം?"

എല്ലാവരും ഗംഭീരമാക്കി.

പ്രധാന ജഡ്ജി കേസ് തീർപ്പാക്കുന്നതായി പ്രഖ്യാപിച്ചു.

ഒരു മൂലയിൽ എന്തോ അനക്കം. എല്ലാവരുടെയും ശ്രദ്ധ അങ്ങോട്ടായി.

"ബ്രവെ ഷെനിൽദിയു, കോഷ്പെയിൽ........ ഇങ്ങോട്ടു നോക്കൂ."

എല്ലാവരും കോരിത്തരിപ്പോടെ വിളിച്ചു പറഞ്ഞു.

"മൊസ്യുമദലിയൻ."

അദ്ദേഹം കോടതിയുടെ മധ്യത്തിൽ വന്നുനിന്നു. ആറായിൽ എത്തിയപ്പോൾ അദ്ദേഹത്തിന്റെ മുടി ചാരനിറമായിരുന്നു. കോടതിയിലിരുന്ന ഒരു മണിക്കൂർ കൊണ്ട് മുടിയാകെ നരച്ചു വെളുത്തു.

ശാന്തനായി നിൽക്കുന്ന അയാളുടെ മുഖം ദയനീയമായിരുന്നു. ജഡ്ജി എന്തെങ്കിലും പറയുന്നതിനു മുന്നേ മൂന്നു സാക്ഷികളുടെയും മുന്നിൽ ചെന്നു അയാൾ ചോദിച്ചു.

"നിങ്ങൾക്കു എന്നെ കണ്ടിട്ടു മനസ്സിലാവുന്നില്ലേ?"

മൂന്നുപേർക്കും മിണ്ടാൻ കഴിഞ്ഞില്ല. അറിയില്ലെന്ന രീതിയിൽ അവർ തലയിളക്കി.

"ജഡ്ജിമാരെ.......ഈ തടവുപുള്ളിയെ വിട്ടയക്കുക. നിങ്ങൾ അന്വേഷിക്കുന്ന ഴാങ് ഞാനാണ്."

ശ്വാസം നിലച്ചുപോയി കോടതിമുറിയിൽ.

സമനില വീണ്ടെടുത്ത പ്രധാന ജഡ്ജി വക്കീൽമാരോടും മറ്റും താഴ്ന്ന ശബ്ദത്തിൽ എന്തൊക്കെയോ പറഞ്ഞു. അതിനുശേഷം ഗവർമെന്റു വക്കീൽ വിശദീകരിച്ചു.

"ഇവിടെ അത്ഭുതകരമായ ഒരു സംഗതിയാണ് കണ്ടത്. എം പട്ടണത്തിലെ മേയറെ നമുക്കെല്ലാം അറിവുള്ളതാണ്. ഇക്കൂ ട്ടത്തിൽ ഒരു വൈദ്യനുണ്ടെങ്കിൽ അദ്ദേഹത്തെ വീട്ടിലേക്ക് കൂട്ടി കൊണ്ടു പോകുന്നതിൽ കോടതിയോട് ഞങ്ങൾ യോജിക്കുന്നു.

ഇതുകേൾക്കേണ്ട താമസം മൊസ്യുമദലിയൻ പറഞ്ഞു.

ഗവർമെന്റു വക്കീലവർകൾ കരുതുന്നതു പോലെ എനിക്കു ഭ്രാന്തില്ല. അതു നിങ്ങൾക്കു വഴിയെ മനസ്സിലാകും. ഈ പാവത്തിനെ വിട്ടയക്കുക. എന്റെ ചരിത്രം നിങ്ങൾക്ക് പിന്നീട് അറിയിക്കാൻ കഴിയും. ഞാൻ സത്യവാൻമാരുടെ കൂട്ടത്തിലാവാൻ ശ്രമിക്കുകയായിരുന്നു. മെത്രാന്റെ മുതൽ മോഷ്ടിച്ച ഴെർവെ കുട്ടിയുടെ പണം എടുത്ത ഴാങ് വാൽ ഴാങാണു ഞാൻ. ഴാങ് വാൽ ഴാങ് ദുഷ്ടനാണെന്നു നിങ്ങൾ പറഞ്ഞതു കേട്ടു. അത് മുഴുവൻ ഴാങ് വാൽഴാങിന്റെ കുറ്റമല്ല എന്ന് നിങ്ങളറിയണം. ഞാൻ പറയുന്നത് നിങ്ങൾ വിശ്വസിക്കുന്നില്ല. ഏതായാലും ഈ പാവത്തിനെ ശിക്ഷിക്കരുത്. ഴാവേർ ഉണ്ടെങ്കിൽ എന്നെ തിരിച്ചറിയുമെന്നുറപ്പാണ്.

അയാൾ മൂന്നു തടവുപുള്ളികളോടുമായി ചോദിച്ചു.

"തണ്ടുവലിശിക്ഷ സ്ഥലത്തുണ്ടായിരുന്നപ്പോൾ ധരിക്കാറുണ്ടായിരുന്ന നാനാവർണ്ണക്കള്ളികളോടു കൂടി മെടഞ്ഞ ചുമൽപ്പട്ട ഓർമ്മ

യില്ലേ........ചുമലിലെ ടി.എസ്സ്.പി എന്ന മൂന്നക്ഷരം മായ്ക്കുവാൻ കൽക്കരിക്കനൽ നിറഞ്ഞ പാത്രത്തിനരികിൽ ചുമൽ വച്ചിട്ട് പൊള്ളിപോയത് ഓർമ്മയുണ്ടോ. കോഷ് പെയിൻ കത്തിച്ച പൊടികൊണ്ട് കയ്യിൽ 1815 മാർച്ച് 7 എന്ന തീയ്യതി കുത്തിയിട്ടില്ലേ."

പോലീസുകാർ കോഷ്പെയിലിന്റെ കൈയിൽ നോക്കി. തീയ്യതി കുത്തിയത് ശരിയാണ്.

"ജഡ്ജിമാരെ ഞാൻ ഇനിയും നിങ്ങളുടെ സ്വൈരം കെടുത്തില്ല. ആവശ്യമുള്ളപ്പോൾ നിങ്ങൾക്ക് എന്നെ പിടിക്കാം. ഞാനിപ്പോൾ പോകുന്നു."

ആരോ വാതിൽ തുറന്നുകൊടുത്തു. ഴാങ് വാൽ ഴാങ് പുറത്തു കടന്നു.

നേരം പുലരാൻ തുടങ്ങി. അപ്പോഴാണ് ഫൻതീൻ ഉറക്കത്തിലേക്ക് വീണത്. അത്രനേരം ഉറക്കമൊഴിച്ച് അടുത്തിരുന്ന സിസ്റ്റർ സിംപ്ളീസ് മരുന്നുമുറിയിലേക്കു പോയി. തലകുനിച്ച് മരുന്ന് തയ്യാറാക്കി. പെട്ടെന്ന് സിംപ്ളീസ് തലതിരിച്ചു. ഒരു ചെറു നിലവിളിയോടെ നോക്കി. മൊസ്യു മദലിയൻ മുന്നിൽ.

"മിസ്റ്റർ മേയറാണോ?"

"അതേ. ഫൻതീൻ എങ്ങനെ?"

"ഇപ്പോൾ കൂടുതലില്ല. ഞങ്ങളൊക്കെ പേടിച്ചു പോയിരുന്നു. കൊസെത്തിനെ കൊണ്ടു വന്നില്ല?"

"ഞാൻ വേറെ പോയതായിരുന്നു."

"ഇതെന്താ മുടിയൊക്കെ വെളുത്തിരിക്കുന്നല്ലോ."

സിസ്റ്റർ സിംപ്ളീസ് മേശയിൽനിന്നും ചെറിയൊരു മുഖകണ്ണാടി എടുത്തു കൊടുത്തു. അതു കയ്യിൽ വാങ്ങി മൊസ്യു മദലിയൻ പറഞ്ഞു.

"ശരി."

"അവളുടെ കുട്ടിയെ കൊണ്ടുവരാൻ പോകുന്നില്ലേ?"

"പോകണം രണ്ടുദിവസം പിടിക്കും"

"എങ്കിൽ നിങ്ങൾ അതുവരെ അവളെ കാണാതിരിക്കു കയാണ് നല്ലത്."

കുറച്ചു സമയം ആലോചിച്ചിട്ട് മൊസ്യുമദലിയൻ പറഞ്ഞു.

"എനിക്കവളെ കണ്ടേ പറ്റൂ. ഒരു പക്ഷേ വളരെ വേഗം ഞാനിവിടം വിട്ട് പോകേണ്ടിവരും."

"എങ്കിൽ ഫൻതീൻ ഉറങ്ങുന്ന ഈ സമയം പോയി കണ്ടോളൂ."

മൊസ്യുമദലിയൻ ഫൻതീന്റെ മുന്നിൽ പ്രാർത്ഥനയോടെ നിന്നു.

പൊടുന്നനെ അവൾ കൺമിഴിച്ചു. ഒരു പുഞ്ചിരിയോടെ ചോദിച്ചു.

"കൊസെത്തോ?."

ഉത്തരം പറയാൻ അയാൾക്ക് വാക്കുകൾകിട്ടിയില്ല.

"നിങ്ങൾ കൊസെത്തിനെ കൊണ്ടുവരാൻ പോയതാണെന്നറിഞ്ഞു. ഞാൻ കണ്ണുതുറക്കുമ്പോൾ മോളെ കാണുമെന്നു വിചാരിച്ചു."

മദലിയൻ കുറ്റബോധത്തോടെ നിശ്ശബ്ദനായിനിന്നു. അപ്പോഴേക്കും വൈദ്യനെത്തി.

"മോളെ അനങ്ങാതെ കിടക്കണം കൊസെത്തിനെ കാണുമ്പോൾ മനസ്സും ശരീരവും ഇളകും രോഗം കൂടും. രോഗം മാറട്ടെ. മുന്നിൽ മോളെ കൊണ്ടുവന്നു നിർത്തും."

"എന്റെ രോഗം മാറിയല്ലോ. എനിക്കെന്റെ കുട്ടിയെ കാണണം."

"കണ്ടില്ലേ ....ഇപ്പോൾതന്നെ ക്ഷോഭിക്കുവാൻ തുടങ്ങി. മകളെ കണ്ടാൽ പോരാ മകൾക്കുവേണ്ടി അമ്മ ജീവിച്ചിരിക്കുകയും വേണം. അനങ്ങാതെ കിടക്കാൻ നോക്കൂ മോളേ."

വൈദ്യൻ ഫൻതീനെ ആശ്വസിപ്പിച്ചു.

ഫൻതീൻ രോഗം മാറുന്നതുവരെ അനങ്ങാതെ കിടന്നു കൊള്ളാമെന്നു സമ്മതിച്ചു. പക്ഷെ അവൾക്കു മിണ്ടാതെ കിടക്കാൻ കഴിഞ്ഞില്ല. 'മൊസ്യുമദലിയന്റെ യാത്ര സുഖമായോ? കൊസെത്തിന് സുഖം തന്നെയോ' എന്നൊക്കെ ചോദിച്ചു. അപ്പോൾ തന്നെ ഫൻതീൻ ചുമക്കാൻ തുടങ്ങി.

മൊസ്യുമദലിയൻ അടുത്തു നിന്നു. ഫൻതീൻ അയാളുടെ കൈ മുറുകെ പിടിച്ചു. സിസ്റ്റർ സിംപ്ളീസ് നിർന്നിമേഷയായി അത് നോക്കി നിന്നു.

"ഹാ...ഞാൻ കൊസത്തിന്റെ വർത്തമാനം കേൾക്കുന്നു."

ഫൻതീൻ ചെവിടോർത്തുകിടന്നു.

ഒരു കുട്ടി മുറ്റത്തുകൂടെ പാട്ടുപാടിയും പറഞ്ഞും ഓടി ക്കളിക്കുന്നുണ്ടായിരുന്നു. കുട്ടി ഓടിപ്പോയി.

"ഇപ്പോൾ ഒന്നും കേൾക്കുന്നില്ല. എന്റെ മോളെ ഇവിടെ കൊണ്ടുവരാതെ..............."

ഫൻതീൻ വളരെ താഴ്ന്ന ശബ്ദത്തിൽ പറഞ്ഞു.

അയാളുടെ കൈവിട്ട് ആകാശത്തേക്ക് നോക്കികൊണ്ട് ഫൻതീൻ ചിരിച്ചു.

എന്തോ ഭീകരമായതുകണ്ടതുപോലെ അവൾ ഞെട്ടി. അവളുടെ ശ്വാസം നിന്നു. കൈ ചൂണ്ടിയഭാഗത്തേക്ക് മദലിയൻ നോക്കി.

അവിടെ ഴാവേർ നിൽക്കുന്നു.

ഷാങ്മാത്തിയോവിനെ വെറുതെവിട്ടു. ഴാങ് വാൽ ഴാങിനെ പിടിച്ച് കോടതിയിൽ ഹാജരാക്കുവാൻ ഴാവേറിനു കൽപ്പന കിട്ടിയിരിക്കുന്നു. ഴാവേർ ഒട്ടും താമസ്സിക്കാതെ ഴാങ് വാൽ ഴാങിനെ തേടിയെത്തി യിരിക്കുകയാണ്.

മേയറെ അന്വേഷിച്ചുവന്നപ്പോൾ സംശയമൊന്നും കൂടാതെ കാവൽ ക്കാരി ഫൻതീന്റെ മുറി കാണിച്ചു കൊടുത്തു.

മദലിയന്റെ നോട്ടം ഴാവേറിന്റെ നോട്ടത്തോട് കൂട്ടിമുട്ടി. ഒരു പിശാചിന്റെ മുഖഭാവമായിരുന്നു അപ്പോൾ ഴാവേറിന്.

ഫൻതീൻ വിചാരിച്ചത് ഴാവേർ അവളെ കൊണ്ടുപോകാൻ വന്ന താണെന്നാണ്.

ഴാവേറിനു വേണ്ടത് ഴാങിനെയായിരുന്നു.

ഷാങ്മാത്തിയോവിനെ ജഡ്ജി വിട്ടയച്ചതുകൊണ്ട് ഴാങ് വാൽ ഴാങിനെ ഹാജരാക്കാൻ കൽപ്പനയുണ്ടായി. ഒരു ഴാങ് വാൽഴാങ് മതി. അതിനാകട്ടെ മൊസ്യൂമദലിയൻ സ്വയം സന്നദ്ധനായി മൊഴി കൊടുത്തി രിക്കുന്നു.

മുമ്പേ പരാതികൊടുത്തത് ശരിയായി വന്നതിൽ ഴാവേറിനു സന്തോ ഷം തോന്നി. അതുകൊണ്ട് എത്രയും വേഗം ഴാങ് വാൽ ഴാങിനെ കോടതിയിൽ എത്തിക്കാനാണ് അയാൾക്കു താല്പര്യം.

ഇതൊന്നും ഫൻതീന്റെ അറിവിലില്ല. മൊസ്യൂമദലിയൻ രക്ഷപ്പെടു ത്തിയശേഷം ഫൻതീൻ ഴാവേറിനെ കണ്ടിട്ടില്ല. ഴാവേറിന്റ വരവിൽ അവൾ ഭയപ്പെട്ടു. അവൾക്കാവുന്നത്ര ഉച്ചത്തിൽ നിലവിളിച്ചു.

“മൊസ്യൂമദലിയൻ എന്നെ രക്ഷിക്കണേ...........”

ഴാങ് എഴുന്നേറ്റ് ഫൻതിന്റെ അടുത്തേക്കു നീങ്ങി. ശാന്തമായി അവളെ സമാധാനിപ്പിച്ചു.

“പേടിക്കേണ്ട ഫൻതീനെ അന്വേഷിച്ചല്ല അവർ വന്നിട്ടുള്ളത്. പേടി ക്കേണ്ട ഫൻതീൻ.”

അയാൾ ഴാവേറിന്റ നേരെതിരിഞ്ഞു.

“നിങ്ങളുടെ ആവശ്യം എനിക്കുമനസ്സിലായി.”

“എങ്കിൽ വേഗമാകട്ടെ, ഴാവേറിന്റേത് ഒരു ഗർജ്ജനമായിരുന്നു.

കുറച്ചു സമയം ഴാവേർ കാത്തു നിന്നു.

“നീ വരുന്നുവോ.............?”

ഴാവേറിന്റെ ശബ്ദം കർക്കശമായിരുന്നു.

മേയറുടെ കഴുത്തുപട്ടയിൽ അയാൾ പിടിച്ചു വലിച്ചു.

ലോകത്തിന്റെ അവസാനമായി എന്നാണു ഫൻതീനു തോന്നിയത്.

"മൊസ്യുമേയർ" ഫൻതിൻ നിലവിളിച്ചു.

ഴാവേർ ഭയങ്കരമായി പൊട്ടിച്ചിരിച്ചു.

"മൊസ്യുമേയർ എന്നൊരാളിവിടെയില്ല."

"ഴാവേർ" ഴാങ് വാൽ ഴാങ് വിളിച്ചു.

"എന്നെ മിസ്റ്റർ ഇൻസ്പെക്ടർ എന്നു വിളിക്കൂ."

"നിങ്ങളോട് എനിക്കൊരു കാര്യം പറയാനുണ്ട്."

"പറയാനുള്ളത് ഉറക്കെ പറഞ്ഞോളൂ."

"മെല്ലെപ്പറയേണ്ടതാണ്."

"പറ്റില്ല പറയുന്നതെന്തും ഉറക്കെ തന്നെപ്പറയണം."

ഴാങ് വാൽഴാങ് മെല്ലെതന്നെ പറഞ്ഞു.

"ഈ പാവം സ്ത്രീയുടെ മകളെ കൂട്ടികൊണ്ടുവരാനുള്ള സമയം എനിക്കു തരണം. അതിനുവേണ്ടി എന്താണ് വേണ്ടതെന്ന് പറഞ്ഞാൽ ഞാൻ ചെയ്യാം. സംശയം ഉണ്ടെങ്കിൽ എന്റെ കൂടെ വരണം."

"ഏയ് കളിപ്പിക്കുകയാണോ....ഞാനത്രവിഡ്ഢിയൊന്നുമല്ല. കുട്ടിയെ കൊണ്ടുവരുന്നോ......ഒളിച്ചോടുന്നോ."

"ഴാവേർ സമ്മതിച്ചില്ല." ഫൻതീൻ വെപ്രാളപ്പെട്ടു.

"എന്റെ കുഞ്ഞേ മോളെ കൊസെത്തെ......എനിക്കെന്റെ മോളെ വേണം."

ഴാവേർ കലികയറിയിട്ടു പറഞ്ഞു.

"എടീ. പെണ്ണേ.......ഇവിടെ മൊസ്യുമദലിയനുമില്ല മൊസ്യുമേയറുമില്ല. കള്ളനും പിടിച്ചുപ്പറിക്കാരനുമായ ഴാങ് വാൽ ഴാങാണിത്. എനിക്കിയാളെ പിടികിട്ടിയിരിക്കുന്നു.

ഫൻതീൻ ഒരൂക്കിൽ ചാടിയെണീറ്റു. ഴാങ് വാൽ ഴാങിനെ സൂക്ഷിച്ചു നോക്കിയശേഷം കിടക്കയിൽ വീണു.

"ഴാവേർ .... നിങ്ങൾ ഈ പാവത്തെ കൊന്നു."

"എനിക്കു നിങ്ങളുടെ തർക്കം കേൾക്കേണ്ട. വേഗം നടന്നോളൂ."

ഴാങ് വാൽ ഴാങ് ഴാവേറിന്റെ കൈവിടിവിച്ചു. പഴയ കട്ടിലിട്ട ഭാഗത്തേക്കുപോയി. അതിൽനിന്നും ഒരു ഇരുമ്പുവടി വലിച്ചെടുത്തു.

"ഈ സമയത്ത് എന്നെ ഉപദ്രവിക്കരുത്. ഞാൻ പറഞ്ഞതാണ്. ഉപദ്രവിച്ചാൽ...."

ഴാവേറ് വിറച്ചുപോയി.

ഴാങ് വാൽ ഴാങ് ഫൻതീന്റെ കട്ടിലിനരികിൽ പോയിരുന്ന് ചെവിയിൽ എന്തോ പറഞ്ഞു. അതാർക്കും കേൾക്കാൻ കഴിഞ്ഞില്ല. ഫൻതീന്റെ

മുഖം തേജസ്സുറ്റതായി. തലനേരെവച്ച് കണ്ണടപ്പിച്ച് കൈകളിൽ ചുംബിച്ച് ഴാങ് വാൽഴാങ് എഴുന്നേറ്റു. ഴാവേറിന്റെ അടുത്തുവന്നു.

"ഇതാ പറഞ്ഞോളൂ. ഞാൻ വന്നോളാം"

ഴാവേർ ഴാങ് വാൽ ഴാങിനെ പട്ടണത്തിലെ ജയിലിൽ കൊണ്ടാക്കി.

എം പട്ടണത്തിൽ ഴാങ് വാൽ ഴാങിനെ കുറിച്ചുള്ള വാർത്ത പരന്നു. അതുവരെ ചെയ്ത നന്മകളൊക്കെയും ആളുകൾ മറന്നുപോകാൻ അധികസമയം വേണ്ടിവന്നില്ല.

അന്നു വൈകുന്നേരം ഇരുണ്ടുതുടങ്ങിയപ്പോൾ കാവൽക്കാരി സാധാരണപോലെ വാതിൽതുറന്ന് മെഴുകുതിരി വച്ച് മൊസ്യുമദലിയനെ കാത്തിരുന്നു. കുറേ സമയമങ്ങനെ ഇരുന്നു കഴിഞ്ഞു. മൊസ്യു മദലിയനെ കൊണ്ടുപോയത് അവരുടെ ഓർമ്മയിലെത്തി.

ആ വിചാരത്തിൽ കഴിയുമ്പോഴാണ് മുന്നിൽ മദലിയൻ. കാവൽക്കാരിയുടെ തൊണ്ടയിൽ ഒരു നിലവിളി വന്നതാണ്. അതവിടെതന്നെ അമർന്നുപോയി.

"തടവിലാണെന്ന്...."

"അതെ. ജനാലയുടെ ഇരുമ്പഴിപൊട്ടിച്ചു. പുറത്തേക്കു ചാടി. ഞാൻ മുറിയിലേക്കു പോകുന്നു."

"സിസ്റ്ററിനെ വിളിച്ചു കൊണ്ടുവരൂ."

ഴാങ് വാൽ ഴാങ് ഒരു കടലാസ്സിൽ എഴുതി.

"ഇത് ഴെർവെയ് കുട്ടിയുടെ നാണയമാണ്."

ആ കടലാസ്സും നാണയവും മേശമേൽ വച്ചു. മെത്രാന്റെ വീട്ടിൽ നിന്നും കൊണ്ടുവന്ന മെഴുകുതിരിക്കാലുകൾ കെട്ടിപ്പൊതിഞ്ഞു.

വാതിൽക്കൽ മുട്ടു കേട്ടു.

സിസ്റ്റർ സിംപ്ളീസായിരുന്നു. ഴാങ് വാൽഴാങ് മറ്റൊരു കടലാസ് സിസ്റ്റർക്കു കൊടുത്തു.

"അത് വായിച്ചു നോക്കൂ."

"എന്റെ കേസ്സു വിചാരണയുടെ ചെലവും ഇന്നലെ മരിച്ചുപോയ സ്ത്രീയുടെ ശവസംസ്ക്കാരത്തിന്റെ ചെലവും കഴിച്ച് എന്റെ സ്വത്തിൽ ബാക്കിയുള്ളതെല്ലാം പാവങ്ങൾക്കാണ്."

സഭാബോധകനെ ഏൽപ്പിക്കാനാണ് ആ കത്ത് സിസ്റ്റർ സിംപ്ളീസിന്റെ കയ്യിൽ കൊടുത്തത്.

സിംപ്ളിസിന്റെ വാക്കുകൾ തൊണ്ടയിൽ കുടുങ്ങി വികൃതമായ ശബ്ദം പുറത്തുവന്നു. പിന്നെ അവൾ പറഞ്ഞു.

"ആ ഭാഗ്യം കെട്ട സ്ത്രീയെ ഒന്നു കാണുന്നില്ലേ."

"വേണ്ട, എന്റെ പിന്നാലെ ആളുണ്ട് പിടിക്കുവാൻ അവളുടെ മുറിയിൽനിന്നാവേണ്ട എന്നെ പിടിക്കൽ."

പുറത്ത് ആളുകളുടെ ബഹളമായിരുന്നു. ആളുകളുടെ കൂട്ടത്തിൽ ഴാവേറുമുണ്ടായിരുന്നു.

മന്ദിരത്തിനുള്ളിൽ ആദ്യം കയറിയത് ഴാവേറാണ്. ഴാങ് വാൽ ഴാങ് മറഞ്ഞുനിന്നു. കാവൽക്കാരി അതിനുമുൻപു ഴാവേറിനെ തടഞ്ഞിരുന്നു.

"ഇങ്ങോട്ടാരും വന്നിട്ടില്ല. അകത്താരുമില്ല."

സിസ്റ്റർ സിംപ്ളീസ് മുട്ടുകുത്തിയിരുന്ന് പ്രർത്ഥിച്ചു.

ഴാവേർ അകത്തുകടന്ന ഉടനെ ഞെട്ടിപ്പോയി. അയാൾ മതനിഷ്ഠനാണ്. സിസ്റ്ററെ ഉപദ്രവിക്കാൻ പാടില്ലെന്ന് വിശ്വസിക്കുന്നയാളാണ്. സിസ്റ്റർ കളവുപറയില്ലെന്നും അയാൾക്കുറപ്പുണ്ട്.

ഒരിക്കലും കളവ് പറഞ്ഞിട്ടില്ലാത്ത സിസ്റ്റർ സിംപ്ളീസിനോട് ഒരു ചോദ്യം ചോദിക്കാമെന്നായാൾ വിചാരിച്ചു.

"സിസ്റ്റർ ഈ മുറിയിൽ നിങ്ങൾ മാത്രമേയുള്ളൂ.?"

"അതെ."

ഴാവേർ ഒന്നു മുന്നോട്ടാഞ്ഞു. പിന്നെയും കാൽ പിൻവലിച്ചു.

"എനിക്കു ചോദിക്കാതെ പറ്റില്ല. സത്യം പറയണം ഇന്നു വൈകുന്നേരം നിങ്ങൾ ഒരു പുരുഷനെ കണ്ടിരുന്നില്ലേ?. ഴാങ് വാൽ ഴാങിനെ. നിങ്ങൾ അയാളെ കണ്ടിരുന്നില്ലേ."

"ഇല്ല."

സിസ്റ്റർ സിംപ്ളീസിനെ വിശ്വസിക്കാതെ പറ്റില്ലായിരുന്നു. ഴാവേർ അവിടുന്നുപോയി..

ഒരു മണിക്കൂർ കഴിഞ്ഞു കാണും എം പട്ടണത്തിൽ നിന്നു ഒരാൾ പാരീസിലേക്ക് പോകുന്നത് ചില വണ്ടിക്കാർ കണ്ടി രുന്നു. ഒരു മുറുക്കൻ കുപ്പായവും ഭാണ്ഡവും ഉള്ളതായി അവർ പറയുന്നു.

മരങ്ങളുടെയും മഞ്ഞിൻ മൂടലുകളുടെയും ഇടയിലൂടെ ഴാങ് വാൽ ഴാങ് വേഗത്തിൽ ഓടി.

കൊസെത്ത്

ഹൂമോഗാങ് ഒരു ചുടലക്കളമായിരുന്നു. 1815 ജൂൺ 17-18 ഇടയിലുള്ള രാത്രിയിലാണ്. വാട്ടർ ലൂ യുദ്ധം ആരംഭിക്കുകയായി. അന്ന് പൗർണ്ണമി ദിവസം. ഒടുവിലത്തെ പീരങ്കിയുണ്ട പൊട്ടി. മോണ്ട സാങ്ഴാങിലെ മൈതാനം വിജനമായി. ഹൂമോഗോങ് കത്തിയമർന്നു. ലായിസാത്ത് ആക്രമിക്കപ്പെട്ടു. പാപ്പിലോത്ത് കത്തിത്തീർന്നു. പ്ളാൻസ്നാ കത്തി.

ഇംഗ്ളണ്ട് ജയിച്ചു. നെപ്പോളിയൻ തോറ്റു.

വാട്ടർലൂ നിശബ്ദമായി.

മുകളിൽ ശവക്കുന്ന്. അടിയിൽചോരപ്പുഴ ചോര നീവെല്ലു റോഡിലൂടെ ഒഴുകി ഒരു കുളത്തിൽ ചാടി.

യുദ്ധവിജയികൾ പോകുന്നേടത്ത് കള്ളൻമാരും കൊള്ളക്കാരും എത്തുന്നു.

ജൂൺ 18നു രാത്രി ശവങ്ങളെല്ലാം കൊള്ളയടിക്കപ്പെട്ടു.

അർദ്ധരാത്രിയായിക്കാണും ഒരാൾ പതുങ്ങിനടക്കുകയാണിവിടെ. അയാൾ ശ്മശാനഭൂമി പരിശോധിക്കുകയാണ്. കാൽ ചോരയിൽ മുങ്ങിയിട്ടുണ്ട്. അയാളുടെ നോട്ടത്തിനിടയിൽ പിന്നിൽ നിന്നൊരു പിടിച്ചുവലി. അയാൾ തിരിഞ്ഞു നോക്കി. പിടി വിട്ടുപോയി.

അയാൾ മരിച്ചിട്ടില്ലാത്ത മനുഷ്യനാണ്. ആ മനുഷ്യൻ ഒരു വലിയ ഉദ്ദ്യോഗസ്ഥനാണെന്ന് മനസ്സിലായി. അയാളെ ശവത്തിനുള്ളിൽനിന്നും വലിച്ചു പുറത്തെടുത്തു. സ്ഥാനമുദ്രകളുണ്ട് സ്വർണ്ണം കൊണ്ടുള്ളതാണ്. ബഹുമതി മുദ്രയായി വെള്ളിക്കുരിശ്ശുമുണ്ട്. അതെല്ലാമെടുത്ത് കീശയിലാക്കി.

ശ്വസിക്കാൻ വായു കിട്ടിയപ്പോൾ ആ മനുഷ്യൻ പറഞ്ഞു.

"നന്ദി."

കൊള്ളക്കാരൻ അപ്പോൾ കിട്ടിയ പണസഞ്ചി കീശയിലാക്കുകയായിരുന്നു. ആ മനുഷ്യൻ ക്ഷീണത്തോടെ ചോദിച്ചു.

"യുദ്ധത്തിൽ ആരാ ജയിച്ചത്.?"

"ഇംഗ്ളണ്ട്."

"എന്റെ കീശയിൽ പണസഞ്ചിയും വാച്ചുമുണ്ട്."

"ഓ അതൊക്കെ എടുത്തു. ആരോ വരുന്നുണ്ട്. ഞാൻ പോകുന്നു."

"പോകല്ലേ ഒന്നു പേരു പറയാമോ?"

"തെനാർദിയർ"

തെനാർദിയർ കൊള്ളക്കാരായ പട്ടാളക്കച്ചവടക്കാരുടെ കൂട്ടത്തിൽ ചേർന്നു. ചിലപ്പോൾ നാട്ടിൻപുറങ്ങളിൽ തെണ്ടിനടക്കും. ചിലർക്ക് എന്തെങ്കിലും വിൽക്കും. വേറെ ചിലരിൽ നിന്നും കക്കും. മദാം തെനാർദിയരും കൂടെയുണ്ടാകും. ജയം കിട്ടുന്നവരുടെ ഭാഗത്തായിരിക്കും തെനാർദിയാർ. യുദ്ധകാലം അവസാനിക്കുമ്പോഴേക്കും ഒരുവിധം വകയൊക്കെയാക്കി. മോങ് ഫെർമിയെയിൽ എത്തി അവിടെയൊരു കട ഉണ്ടാക്കി.

തെനാർദിയർ ഒരു സൂത്രക്കാരനായിരുന്നു. വഴിയാത്രക്കാരെ പാട്ടിലാക്കി കഴിയുന്നത്ര പണം തട്ടിയെടുക്കുവാൻ ആ ഹോട്ടൽക്കാരൻ വിരുതനായിരുന്നു.

പണം എത്ര കിട്ടിയാലും മതിവരില്ല. അതുകൊണ്ടാണ് കൊസെത്തിനെ വളർത്തിക്കൊള്ളാമെന്ന് അവർ സമ്മതിച്ചത്. എപ്പോഴും ശുണ്ഠിയെടുക്കുന്ന മദാം തെനാർദിയരുടെയും പണത്തിന് കൊത്തിപ്പറിക്കുന്ന അവരുടെ ഭർത്താവിന്റെയും ഇടയിൽ കൊസെത്ത് ഞെരുങ്ങി. എത്ര കഷ്ടപ്പാടുണ്ടായിട്ടും കൊസെത്ത് ഒന്നും മിണ്ടിയില്ല. സാധുകുട്ടി.

ഇതൊന്നും അറിയാതെ തണ്ടുവലിശിക്ഷ സ്ഥലത്താണ് ഴാങ് വാൽഴാങ്. അയാളുടെ നമ്പർ 9430 ആയി..

എം പട്ടണത്തിൽ വ്യവസായങ്ങളും മറ്റു പ്രവർത്തന ങ്ങളും പൊതുജനതാൽപര്യത്തിനെന്നതുമാറി പണത്തിനു വേണ്ടിയായി. നാട്ടിലെ ഒരുമ പോയി. പാവങ്ങൾക്കുള്ള ഗുണമെല്ലാം അവസാനിച്ചു. എം പട്ടണത്തിൽനിന്ന് നികുതി പിരിക്കാൻ വിഷമമായെന്ന് മൊസ്യുദിവേനിയൻ നിയമനിർമ്മാണസഭയെ അറിയിച്ചു. അപ്പോഴൊന്നും മൊസ്യു മദലിയന്റെ ഗുണഗണങ്ങൾ അവരാരും ഓർമ്മിച്ചില്ല.

തൂലോങ് കടപ്പുറത്ത് അടുത്ത ഓറിയോങ് കപ്പൽ അപകടത്തിൽ പ്പെട്ടിരിക്കുകയായിരുന്നു.

അതിന്റെ കേടുപാടുകൾ തീർക്കാൻ തൂലോങിലെ തണ്ടുവലിശിക്ഷാ തടവുകാരെ വരുത്തിയിരുന്നു.

കപ്പലിന്റെ പണിയെടുക്കുന്നതു കാണാൻ ആളുകൾ കൂടിയിട്ടുണ്ട്. അവരെ ഞെട്ടിച്ച അപകടമാണ് ഒരു ദിവസം അവർ കണ്ടത്.

കപ്പൽക്കാർ പായ മടക്കുന്ന തിരക്കിലായിരുന്നു. ഒരാൾക്കു നില തെറ്റി

പ്പോയി. അയാൾ ചാഞ്ചാടാൻ തുടങ്ങി. കരയിൽ കൂട്ടം കൂടിയിരുന്നവർ നിലവിളിച്ചു.

തല കീഴ്പ്പോട്ടായി അയാൾ വീഴുകയാണ്. കപ്പലിന്റെ പായയൂന്നിനു ചുറ്റുമായാണ് വീണത്. ചവിട്ടുകയറിൻമേൽ അയാൾക്കു പിടികിട്ടി. ആ ചവിട്ടുകയർ വല്ലാതെ ആടുന്നുണ്ട്. പിടിവിട്ടാൽ താഴെ സമുദ്രത്തിലാണ്. ആ കയറിന്റെ അറ്റത്ത് അയാൾ ശക്തിയായി ആടുന്നു.

ആ പാവത്തെ രക്ഷിക്കാൻ ശ്രമിക്കുന്നത് അപകടത്തിലേ ക്ക് പോകലായിരിക്കും. ആരും സഹായിക്കാൻ ഒരുങ്ങുന്നില്ല. ആ പാവം തളരുകയാണെന്ന് കാണുന്നവർക്കെല്ലാം അറിയാം. മുകളിലേക്ക് പിടിച്ചു കയറാൻ ശ്രമിക്കുന്തോറും ആട്ടത്തിന് ശക്തി കൂടുന്നു. പിടിവിട്ട് കാലിൽ വീഴുമെന്ന് ഭയന്ന് അത് കാണാതിരി ക്കാൻ ആളുകൾ തലതിരിച്ചു.

ഒരു കയറിൻകഷണം, ഒരുകുറ്റി, ഒരുമരക്കൊമ്പ് ഇവ ജീവൻ തന്നെയായിത്തീരുന്ന സമയമാണത്.

ചുകപ്പു കുപ്പായമിട്ട ഒരു പണിക്കാരൻ ചവുട്ടുകയറിനടുത്തേക്കു നീങ്ങുന്നതു കണ്ടു. അയാളുടെ പച്ച തൊപ്പി കാറ്റാടിയിൽ തട്ടിത്തെറിച്ചു പോയി.

ഓരോനിമിഷവും ഓരോ കൊല്ലം പോലെയായിരുന്നു.

അയാൾ പായയൂന്നിൻമേലൂടെ നീങ്ങി. കയ്യിലുള്ള കയറിന്റെ ഒരറ്റം തൂണിൽ കെട്ടി. മറ്റേത്തല തൂക്കിയിട്ടു.

ആൾക്കൂട്ടം ദീർഘനിശ്വാസം വിട്ടു.

അയാൾ കയറിൽപിടിച്ച് താഴെക്കിറങ്ങി.

ആരും മിണ്ടുന്നില്ല. ശ്വാസം നിലച്ചപോലെ.

ഒരുനിമിഷം കൂടി കഴിഞ്ഞാൽ മതി പണിക്കാരന്റെ കൈ വിട്ടുപോകും. അയാൾ അത്രയ്ക്ക് തളർന്നിരിക്കുന്നു. കയറിൽ തൂങ്ങിയുള്ള ആട്ടത്തിന് കുറവുമില്ല.

ആളുകൾ ആർത്തുവിളിച്ചു. രക്ഷകനായെത്തിയ തടവുകാരൻ പണിക്കാരനെ പിടിച്ചു ചുമലിലേറ്റി. കയറിൽ പിടിച്ചു മുകളിൽക്കയറി കപ്പൽക്കാരെ ഏൽപ്പിച്ചു.

“തടവുകാരനു മാപ്പു കൊടുക്കുക.”

ആൾക്കൂട്ടം ഒന്നിച്ചു വിളിച്ചു പറഞ്ഞു.

തടവുകാരൻ സ്വന്തം സ്ഥാനത്തേക്കുവരാനുള്ള യത്ന ത്തിൽ താഴേക്കു ചാടി. ആളുകൾ നിലവിളിച്ചു. തടവുപുള്ളി വെള്ളത്തിൽ മറഞ്ഞു.

ബോട്ടിൽ അയാളെ തെരഞ്ഞെങ്കിലും കണ്ടുകിട്ടിയില്ല.

പിറ്റേന്നത്തെ തൂലോങ് പത്രത്തിൽ ഇങ്ങനെയാണ് വാർത്തവന്നത്.

1823 നവമ്പർ 17. ഇന്നലെ ഓറിയോങ് കപ്പലിൽ പണിയെടുക്കാൻ കൊണ്ടുവന്ന ഒരു തടവുപുള്ളി അപകടത്തിൽപ്പെട്ട കപ്പൽക്കാരനെ രക്ഷപ്പെടുത്തി തിരിച്ചു വരുമ്പോൾ കടലിൽ വീണു മുങ്ങി മരിച്ചു. ശവം ഇതേവരെ കണ്ടുകിട്ടിയിട്ടില്ല. ഈ മനുഷ്യന്റെ തടവുപുള്ളി നമ്പർ 9430 ആണ്. പേര് ഴാങ് വാൽ ഴാങ്.

മോങ്ഫെർമിയ ഒരു ഗ്രാമം തന്നെയായിരുന്നു. ഉയർന്ന സ്ഥലമായിരുന്ന അവിടെ ജലത്തിന് ക്ഷാമമായിരുന്നു. തെനാർദിയർക്കാവശ്യമുള്ള ജലവും കൊസെത്തിനെ കൊണ്ടാണ് എത്തിക്കുക. കൊസെത്തിന് വെള്ളത്തിന് പോകാതെ പറ്റില്ല. ദൂരെ നിന്നു വലിയപെണ്ണുങ്ങൾ കൊണ്ടുവരുന്നതു പോലെ കൊസത്ത് പാത്രത്തിൽ വെള്ളം കൊണ്ടു വരും. ഒരു ദിവസം തെനർദിയൻ ഹോട്ടലിൽ നാലു വഴി യാത്രക്കാർ എത്തി. വെള്ള തൊട്ടികളിലൊക്കെ വെള്ളം നിറയ്ക്കേണ്ടി വരും. കൊസെത്ത് ദുഖിച്ചിരുന്നു. രാത്രി സമയത്ത് വെള്ളത്തിന് പോകേണ്ടിവരും. നടക്കാൻ തന്നെ വയ്യ.

ഒരാൾ പെട്ടെന്നെഴുന്നേറ്റു നിന്നു പറഞ്ഞു.

"എന്റെ കുതിരയ്ക്കു വെള്ളം കൊടുത്തിട്ടില്ല."

"കൊടുത്തല്ലോ." തെനാർദിയർ പറഞ്ഞു.

"ഞാൻ പറയുന്നു കൊടുത്തിട്ടില്ല."

കൊസെത്ത് മേശയുടെ ഉള്ളിലേക്ക് വലിഞ്ഞു.

"ഇങ്ങോട്ടുവാടീ.........." തെനാർദിയാർ അലറി.

"പോയി വെള്ളം കൊണ്ടുവാടീ."

കൊസെത്ത് വാതിൽക്കൽ നിൽക്കുകയായിരുന്നു.

"വരുമ്പോൾ അപ്പക്കാരന്റെ കയ്യിൽ നിന്നും ഒരു വലിയ അപ്പവും മേടിച്ചോണം. ഇതാ പണം."

ഇനിയിവിടെ നിൽക്കാൻ പറ്റില്ലെന്നറിയാം. കൊസെത്ത് പുറത്തേക്കു പോയി.

പള്ളിക്കടുത്തുള്ള ചന്തപ്പുരയിൽ മനോഹരമായ ഒരു പാവയെ പ്രത്യേകമായി ഒരുക്കിവച്ചിട്ടുണ്ടായിരുന്നു. വഴിയാത്രക്കാരെല്ലാം അത്ഭുതത്തോടെ ആ പാവയെ നോക്കുന്നുണ്ട്. കൊസെത്ത് അതു കണ്ട് അവിടെ നിന്നു പോയി.

അങ്ങനെയൊന്നു കിട്ടണമെങ്കിൽ രാജകുമാരിയാകേണ്ടി വരുമെന്ന് അവൾ വിചാരിച്ചു. സ്വർഗ്ഗത്തിലേക്കാണോ നോക്കുന്നതെന്നും അവൾക്കു തോന്നി.

മദാം തെനർദിയർ ആ സമയത്ത് പുറത്തിറങ്ങിയപ്പോൾ

ദൂരെയാണെങ്കിലും കൊസെത്ത് നിൽക്കുന്നതു കണ്ടു. കൊസെത്തും അങ്ങോട്ട് നോക്കിപ്പോയി. പേടിച്ച കൊസെത്ത് കഴിയുന്ന വേഗത്തിൽ കാൽ വലിച്ചു വച്ചു.

കൊസെത്തിന്റെ മുന്നിൽ ഒരു സ്ത്രീ പോകുന്നുണ്ട്. അവർ കൊസത്തിനെ കണ്ടു.

എവിടേക്കാ ഈ കുട്ടി രാത്രിയിൽ പോകുന്നത്.

കുട്ടി അടുത്തെത്തിയപ്പോൾ മനസ്സിലായി.

ഓ.....വാനമ്പാടി പക്ഷിയല്ലേ......

സ്ത്രീ അവരുടെ വഴിക്കുപോയി. കൊസെത്ത് ഓർമ്മയില്ലാതെ നടന്നു. ഒരു തുറസ്സായ സ്ഥലത്തെത്തി. ഒരു മനുഷ്യനുമില്ല. മൃഗങ്ങൾ പുല്ലിലൂടെ നടക്കുന്ന ഒച്ച കേൾക്കുന്നുണ്ട്. അവൾക്കു മുമ്പോട്ടു പോകാനായില്ല. കൊസെത്ത് തിരിച്ച് നടന്നു.

തെരുവിലെത്തിയതും മദാംതെനർദിയെർ തുറിച്ചുനോക്കുന്നു. അവൾ തിരിഞ്ഞോടി. കിതക്കുമ്പോൾ നിൽക്കുകയും വീണ്ടും വീണ്ടും ഓടുകയും ചെയ്തു. ഓടുന്നതിനിടയിൽ അവൾക്കു കരച്ചിൽ വന്നു. അവൾ കാട്ടിലാണ് എത്തിയത്.

മുമ്പിൽ കണ്ട വെള്ളത്തിൽ അവളുടെ ശ്രദ്ധതിരിഞ്ഞു. അവൾ തൊട്ടി വെള്ളത്തിൽ മുക്കി. തൊട്ടി നിറഞ്ഞപ്പോൾ ഉയർത്താൻ വല്ലാത്ത പ്രയാസം തോന്നി. മദാംതെനർദിയറെ ഓർത്തപ്പോൾ അവൾ വെള്ളത്തൊട്ടി ഉയർത്തി. അൽപം നടന്നതേയുള്ളൂ. അവൾ കുഴഞ്ഞു വീണു.

ഏതോ ശക്തി വിശേഷത്താൽ അവൾ കണ്ണു തുറന്നു. വെള്ളത്തൊട്ടിയുമെടുത്ത് നടക്കാൻ അവൾ പരിശ്രമിക്കുകയായിരുന്നു.

കൊസെത്തിന്റെ പിൻപുറത്തുകൂടി ഒരു മനുഷ്യൻ തൊട്ടി പിടിച്ചു. കൊസെത്തിനു ഭയമൊന്നും തോന്നിയില്ല.

ആ മനുഷ്യൻ മോങ്ഫെർമിയയിലേക്കു പോകുകയായിരുന്നു. വളരെ നേരം നടന്നിട്ടാണ് അയാൾക്ക് ഒരു വണ്ടി കിട്ടിയത്.

വഴിപോക്കന്റെ കൈയിൽ ചെറിയ ഒരു ഭാണ്ഡമേ ഉണ്ടായിരുന്നുള്ളൂ. കുപ്പായം കീറിപ്പറിഞ്ഞതാണ്. വണ്ടിയിൽ കയറിയപ്പോൾ വണ്ടിക്കാരനു പല സംശയങ്ങളും ഉണ്ടായി.

"നിങ്ങൾ ലാങി വരെ വരുന്നുണ്ടോ?.."

"ങ്ഹ,"

"പണം ആദ്യം തരണം."

അയാൾ വണ്ടിക്കാരന് പണം കൊടുത്തു. വണ്ടിക്കാരന്റെ ചോദ്യങ്ങൾക്കൊക്കെ അതെയെന്നും അല്ലെന്നുമുള്ള മറുപടിയേ അയാൾ

പറഞ്ഞുള്ളൂ. ഷേലിലെത്തിയപ്പോൾ അയാൾ പറഞ്ഞു ഇറങ്ങണമെന്ന്.

വണ്ടിയിൽ നിന്നിറങ്ങിയതും അയാൾ എങ്ങോട്ടോ അപ്രത്യക്ഷനായി. ആ മനുഷ്യൻ കാട്ടിലേക്കാണ് കടന്നത്.

മോങ് ഫെർമിയയിലേക്കുള്ള എളുപ്പവഴിയാണ് കാട്ടിലൂടെയുള്ളത്. വഴിയിൽ വച്ചാണ് കൊസെത്ത് വയ്യാതെ വെള്ളം കൊണ്ടു പോകുന്നത് കണ്ടത്.

"ഇതു നല്ല കനമുണ്ട്. ഞാനെടുക്കാം."

"ശരി സാർ"

"കുട്ടിക്ക് എത്ര വയസ്സുണ്ട്."

"എട്ട്"

"ദൂരത്തേക്കാണോ പോകേണ്ടത്?"

"കാൽ മണിക്കൂർ നടക്കണം."

"കുട്ടിക്ക് അമ്മയില്ലേ?."

"അറിയില്ല."

കുറച്ചുസമയം രണ്ടുപേരും മിണ്ടിയില്ല. പിന്നെയും കുട്ടി തന്നെ പറഞ്ഞു.

"എനിക്കാരും ഇല്ല."

"കുട്ടിയുടെ പേരെന്താ."

"കൊസെത്ത്."

ആ മനുഷ്യന് ഒരു മിന്നൽ തട്ടിയതു പോലെ തോന്നി.

"കുട്ടി എവിടെയാണ് പാർക്കുന്നത്."

"മോങ് ഫെർമിയയിൽ"

"കുട്ടിയെ ആരാണ് ഈ രാത്രിയിൽ വെള്ളത്തിനായി അയച്ചത്.

"മദാം തെനർദിയർ"

"അവരാരാണ്."

"എന്റെ പോറ്റമ്മ ഹോട്ടൽ നടത്തുന്നു."

"ഞാനിന്നു രാത്രി അവിടെ താമസിക്കും. കുട്ടിയാണോ എപ്പോഴും വെള്ളം കൊണ്ടു ചെല്ലുന്നത്."

കൊസെത്ത് അവിടെയുള്ള പണിയൊക്കെ വിശദമായി പറഞ്ഞു കൊടുത്തു.

പറഞ്ഞുപറഞ്ഞു അവർ ഹോട്ടലിനടുത്തെത്തി.

''ഇനി വെള്ളത്തൊട്ടി ഞാനെടുക്കാം. വേറാൾ എടുത്താൽ വഴക്കാവും."

ആ സ്ത്രീയുടെ വഴക്കും ബഹളവും അയാൾക്ക് നേരിൽ കാണാൻ

കഴിഞ്ഞു. വായിൽ തോന്നിയ ചീത്തകളൊക്കെ മദാം തെനർദിയർ കൊസെത്തിനെ വിളിച്ചു.

കൊസെത്ത് വിറച്ചു കൊണ്ട് പറഞ്ഞു.

"ഒരു മാന്യനാണിയാൾ. ഇയാൾക്ക് ഇന്നിവിടെ താമസിക്കണം."

മദാം തെനാർദിയ്ക്ക് സന്തോഷമായി പുതിയ ഒരു താമസക്കാരനെ കിട്ടിയല്ലോ.

ആ നല്ല മനുഷ്യൻ അകത്തേക്കു കടന്നു.

"എനിക്ക് എവിടെങ്കിലും കിടക്കണം."

മദാം തെനാർദിയർ കൂടുതൽ കൂലി ചോദിച്ചു.

ആ മനുഷ്യൻ ഒരെതിർപ്പും പറഞ്ഞില്ല.

കൊസെത്ത് തണുപ്പുമാറ്റാൻ തീക്കായാൻ പോയില്ല.

"എടീ അപ്പമെവിടെ?"

"പീടിക തുറന്നിരുന്നില്ല."

"എന്നാ പണമിങ്ങുതാ."

കൊസെത്ത് കീശയിൽ തപ്പി നാണയം കാണാനില്ല.

"നീയതു കളഞ്ഞുവോ അസത്തേ...."

മദാം തെനാർദിയർ അവളെ അടിക്കാനോങ്ങി. ആ മനുഷ്യൻ തടഞ്ഞു കൊണ്ടു പറഞ്ഞു.

"എന്തോ വീഴുന്നതു കേട്ടല്ലോ."

അയാൾ കീശയിൽനിന്നും ഒരു നാണയമെടുത്ത് കുനിഞ്ഞ് അവിടെ യൊക്കെ തിരക്കി നടന്ന് ഒടുവിൽ കണ്ടെത്തിയതായി അഭിനയിച്ചു.

മദാം തെനർദിയർ പണം തിരിച്ചുകിട്ടിയതിൽ സന്തോഷിച്ചു.

കൊസെത്തിന് വീണ്ടും ധാരാളം ജോലിയുണ്ടായിരുന്നു. വളരെ നേരം കഴിഞ്ഞാണ് ആ മനുഷ്യൻ ഉറങ്ങാൻ കിടന്നത്. അയാൾക്ക് ഉറക്കം വന്നില്ല. ഒരു ചെറിയകുട്ടിയുടെ ശ്വാസോ ഛ്വാസം കേട്ട് അയാൾ ആ സ്ഥലം തേടി നടന്നു.

കൊസെത്ത് നല്ല ഉറക്കമാണ്. കോണിപ്പടിയുടെ ചുവട്ടിൽ വൈ ക്കോൽ വിരിച്ച് അതിനുമുകളിൽ ഒരു തുണിയിട്ടതാണ് അവളുടെ കിടക്ക. കുറച്ച് സമയം ആ പാവത്തെ നോക്കി നിന്നിട്ടാണ് ആ മനുഷ്യൻ ഉറങ്ങാൻ പോയത്.

അതിരാവിലെ കൊസെത്ത് എഴുന്നേറ്റ് മുറികൾ വൃത്തിയാക്കുക യാണ്. ആ മനുഷ്യൻ ആ സമയത്ത് എഴുന്നേറ്റിരുന്നു.

മദാം തെനാർദിയർ അയാളുടെ പണത്തിന്റെ കണക്ക് അപ്പോഴേക്കും എഴുതി തയ്യാറാക്കിയിരുന്നു.

"മദാം എനിക്ക് രാവിലെ പോകണമെന്നുണ്ട്."

"ഓ ശരി. പണത്തിന്റെ കണക്കിതാ."

"നിങ്ങളുടെ ഈ സ്ഥലത്ത് കച്ചവടമൊക്കെ എങ്ങനെയുണ്ട്.?"

"ഒക്കെ വിഷമാ സാർ, ഈകുട്ടിയെ കണ്ടോ ഉള്ള സമ്പാദ്യം കൊണ്ട് ഞങ്ങൾക്കു തന്നെ കഴിയാൻ വയ്യ. ഈ കുട്ടിയെ കൂടി തീറ്റിപ്പോറ്റാൻ എന്തു പ്രയാസമാണെന്നോ........"

"അങ്ങനെയാണോ. അവളെകൊണ്ടുള്ള ബുദ്ധിമുട്ട് ഒരാൾ തീർത്തു തന്നാലോ.?"

"തീർച്ചയാണോ?"

"അതെ."

"എന്നാൽ നിങ്ങൾ തന്നെ അവളെ എടുത്തോളൂ. അവളെ എന്തു വേണമെങ്കിലും ചെയ്തോ."

"സമ്മതിച്ചു. ഞാൻ കൊണ്ടു പോകാം."

"എപ്പോൾ?"

"ഇപ്പോൾ തന്നെ കുട്ടിയെ വിളിക്കൂ."

"കൊസെത്ത്." തെനാർദിയർ സ്ത്രീ വിളിച്ചു.

അതിനിടയിൽ കണക്കു ശീട്ടുപ്രകാരമുള്ള പണം കൊടുത്തു തീർത്തു. മദാം തെനാർദിയർ കൊസത്തിനെ വിളിക്കാൻ പോയി.

അവർ ആവശ്യപ്പെട്ടത്രയും പണം കൊടുത്ത് കൊസത്തിനെയും കൂട്ടിയിറങ്ങി.

കൊസെത്തിന് കറുത്ത വസ്ത്രങ്ങളായിരുന്നു. ആ മനുഷ്യനാകട്ടെ മോശവേഷവും.

അവർ പോയശേഷമാണ് വാങ്ങിയ പണം കുറഞ്ഞുപോയെന്ന് തെനാർദിയർക്കു തോന്നിയത്. അയാൾ ഉടനെ പാഞ്ഞു.

കൊസെത്തിന് വിശ്രമിക്കാൻ വേണ്ടി ഇരുന്നിടുത്ത് തെനർദിയർ എത്തി. അയാൾ പണം മുഴുവൻ ആ മനുഷ്യന്റെ കൈയിൽ വച്ചു കൊടുത്തു.

"ഇതെന്താണ്.?"

"സാർ, ഞാൻ കൊസെത്തിനെ തിരികെ കൊണ്ടു പോവുകയാണ്."

കൊസെത്ത് പേടിച്ച് ആ വയസ്സനോട് ചേർന്നിരുന്നു.

"സാർ, ഇവളെത്തരാൻ എനിക്കു പറ്റില്ല. ഒരു പക്ഷേ നിങ്ങൾ പറയും അവളുടെ അമ്മ മരിച്ചു പോയെന്ന്. പക്ഷെ ഇവളെ കൊടുക്കാൻ വേണ്ടി സമ്മതിക്കുന്ന ഇവളുടെ അമ്മ എഴുതി ഒപ്പിട്ട കുറിപ്പു തരുമെങ്കിൽ ഇവളെ തരാം."

ആ മനുഷ്യൻ കുപ്പായകീശയിൽ നിന്നും ഒരു പുസ്തകം എടുത്തു.

ഹോട്ടൽക്കാരൻ സന്തോഷം കൊണ്ടു തുള്ളിച്ചാടി. ഇനിയും പണം കിട്ടുമെന്ന് അയാൾ വിചാരിച്ചു.

പുസ്തകത്തിൽനിന്നും അയാൾ പണമല്ല എടുത്തത്. ഒരു കടലാസാണ്. അത് തെനാർദിയയ്ക്കു വായിക്കാനായി കൊടുത്തു.

"ഈ ആൾക്കു നിങ്ങൾ കൊസത്തിനെ കൊടുക്കണം."

"നിങ്ങൾക്കു കിട്ടാനുള്ളതു ഇദ്ദേഹം തരും."

ഫൻതീൻ

"കടലാസൊക്കെ ശരി. എനിക്കു കിട്ടാനുള്ളത് കിട്ടണമല്ലോ.

അതുവരെ തെനാർദിയർ ആവശ്യപ്പെട്ടതും അവർക്ക് കൊടുത്തതുമായ പണത്തിന്റെ കണക്ക് ആ മനുഷ്യൻ വിശദമാക്കി.

"നിങ്ങൾക്കു കിട്ടാനുള്ളതിന്റെ എത്രയോ ഇരട്ടി പണം തന്നു കഴിഞ്ഞു."

"അതു പറഞ്ഞാലൊന്നും പറ്റില്ല. ഞാൻ പറയുന്ന പണം തന്നില്ലെങ്കിൽ കൊസെത്തിനെ തിരികെ കൊണ്ടു പോകും."

ആ മനുഷ്യൻ ഇടത്തെകൈകൊണ്ട് കൊസെത്തിനെ പിടിച്ചു. വലത്തെകൈകൊണ്ടു വടിയെടുത്തു.

തെനാർദിയർക്കു മിണ്ടാനും പറയാനും കഴിഞ്ഞില്ല. അവർ കാട്ടിനുള്ളിലേക്കു മറഞ്ഞു. തെനാർദിയർ അവരെ വിടാ നുള്ള ഭാവമില്ല. പിന്തുടരാൻ തന്നെ തീരുമാനിച്ചു. കുറച്ചു ദൂരം ചെന്നപ്പോൾ അവർ വേഗം വർദ്ധിപ്പിച്ചു. ഒരിക്കൽ തിരിഞ്ഞു നോക്കിയപ്പോൾ തെനാർദിയർ പിന്തുടരുന്നതു കണ്ടു. ആ മനുഷ്യന്റെ നോട്ടം കണ്ടപ്പോൾ തെനാർദിയയ്ക്കു പിന്നീട് തിരിച്ചു പോരാനേ കഴിഞ്ഞുള്ളൂ.

ആ മനുഷ്യനും കൊസെത്തും വളരെ ദൂരെ എത്തിയിരുന്നു.

പാരീസ്സിൽ നിന്നും അയാൾ പത്രം കണ്ടു.

ഴാങ് വാൽ ഴാങ് കടലിൽ വീണു മരിച്ചു പോയി എന്ന വാർത്ത കണ്ടപ്പോൾ അയാൾക്കു സമാധാനമായി.

ഓരോ വണ്ടിയിൽ മാറിമാറിക്കയറിയായി അവരുടെ യാത്ര. ഒറ്റപ്പെട്ട സ്ഥലത്തുള്ള ഹോട്ടലിൽക്കയറി അപ്പവും പാൽക്കട്ടിയും വാങ്ങിക്കഴിച്ചു.

ജനവാസം തീരെ കുറഞ്ഞ ഒരിടത്ത് രാത്രി അവർ ഉറങ്ങി.

പാരീസിന്റെ ഒരു പുറം നടക്കാവായ സ്ഥലമാണ് മാർഷെ ഷെവൊ. ആൾപ്പാർപ്പുണ്ടോ എന്നു സംശയിക്കുന്ന ഒരു സ്ഥലം പകൽ ശ്മശാനത്തെക്കാൾ ഭയങ്കരം. രാത്രി കാട്ടുപുറത്തേക്കാൾ ഘോരം. പകൽ

വെളിച്ചം മങ്ങിത്തുടങ്ങുമ്പോൾ, അന്ധകാരം നിബിഡവും നക്ഷത്രരഹിതവുമായിത്തീരുമ്പോൾ, അല്ലെങ്കിൽ ചന്ദ്രനും മേഘപരമ്പരയിൽ വിടവുകളുണ്ടാക്കി നിഴലുകൾക്കിടയിൽ മറയുമ്പോൾ, പുറം നടക്കാവ് അതിഭയങ്കരമാവും. കറുത്ത അതിർപ്പാടുകൾ നിഴലുകളിൽ മുങ്ങിപ്പോകും. അസംഖ്യം മഹാപാതകങ്ങൾ നടന്നിട്ടുള്ള ഈ പ്രദേശത്തിലെ ഏകാന്തതയിൽ ഭയങ്കരമായ എന്തോ ഉണ്ട്. പകലിൽ വിരൂപമാണിവിടം. സന്ധ്യയ്ക്ക് ശോകരൂപമാണ്. രാത്രിയിൽ ആപൽക്കരവും.

വീടിന്റെ നെറ്റിപ്പുറം മാത്രം വഴിയിൽ കാണാവുന്ന ഒരു ചെറ്റപ്പുരയുണ്ടിവിടെ. വീടുമുഴുവനും മറവിലാണ്. വാതിലും ജനാലയുമേ പുറത്തുനിന്നു കാണൂ. വാതിൽ എന്നു പറയുന്നത് ചിതലുപിടിച്ച മരക്കഷണങ്ങൾ മാത്രമായിരുന്നു. വാതിൽ തുറക്കുന്നത് ഒരേണിപ്പടി യിലേക്കാണ്. അതിലൂടെ ചെന്നാൽ രണ്ടു ചുമരുകൾക്കിടയിലുള്ള ഇരുട്ടിലാണ് അവസാനിക്കുന്നത്. വാതിൽ ചെന്നടയുന്ന ഭാഗത്ത് ത്രികോണാകൃതിയിലുള്ള ഒരു ദ്വാരമുണ്ട്. അതിലൂടെ ഉള്ളിലേക്ക് കാറ്റ്കിട്ടും. മുൻഭാഗത്തെ വാതിൽപ്പടിയിൽ 50 എന്നും ഉള്ളിലെപ്പടിയിൽ 52 എന്നും എഴുതിയിട്ടുള്ളതു കാണാം.

ജനാലയുടെ ചില്ലുകളിൽ പലേയിടത്തും പൊട്ടൽ ഉണ്ട്. അതൊക്കെ കടലാസ് കഷണങ്ങൾ കൊണ്ട് ഒട്ടിച്ചുവച്ചിരുന്നു. പലകക്കഷണങ്ങൾ പൊട്ടിയും സ്ഥാനം തെറ്റിയും ആയിരുന്നു. ഒരു ഗോർബോ ആയിരുന്നു ഇതിന്റെ ഉടമസ്ഥൻ. അതുകൊണ്ടിതിനെ ഗോർബോ വീട് എന്നാണറിയപ്പെട്ടത്.

ഴാങ് വാൽ ഴാങ് ഗോർബോ വീടിനു മുന്നിലാണ് എത്തിയത്.

അയാൾ കീശയിൽ കൈയിട്ടു തപ്പി. ഒരു താക്കോൽ പുറത്തെടുത്തു. വാതിൽ തുറന്നു അകത്തു കടന്നു. വാതിൽ പൊളിഞ്ഞു പോവാതെ സാവധാനം അടച്ചു. കോണിപ്പടിക്കയറി ഇരുട്ടിലൂടെ തപ്പി തപ്പി മുന്നോട്ടു പോയി. റോഡിൽ നിന്നും കത്തുന്ന വിളക്കിന്റെ വെളിച്ചത്തിൽ ഒരു മുറി കാണായി. അവിടെ കട്ടിലും മേശയും കസേരകളും ഉണ്ട്. ഴാങ് വാൽഴാങ് കുട്ടിയെ കിടക്കയിൽ കിടത്തി. ഒരു മെഴുകുതിരി കത്തിച്ചു.

കൊസെത്ത് കിടക്കയിൽ കിടന്ന് വേഗം ഉറങ്ങിപ്പോയി. ഴാങ് വാൽ ഴാങ് കുനിഞ്ഞു നിന്ന് അവളുടെ കൈയിൽമേൽ ഉമ്മ കൊടുത്തു.

പിറ്റെ ദിവസം രാവിലെ. ഴാങ് വാൽ ഴാങ് കൊസെത്തി ന്റെ കിടക്കക്കരികിൽ ഇരിക്കുകയായിരുന്നു.

പെട്ടെന്ന് കൊസെത്ത് ചാടിയെണീറ്റു.

“അയ്യോ ഈശ്വരാ....നേരം നന്നായി വെളുത്തല്ലോ.....എന്റെ ചൂലെ

വിടെ......"

തിരിഞ്ഞുനോക്കുമ്പോൾ ഴാങ് വാൽ ഴാങ്.

"നിങ്ങളായിരുന്നോ........ഞാൻ അടിച്ചുവാരട്ടെ........."

"വേണ്ട കളിച്ചോളൂ."

കൊസെത്ത് ഒറ്റയക്ക് കളിക്കാൻ തുടങ്ങി.

ഴാങ് വാൽഴാങ് ഒരിക്കലും ഒന്നിനെയും സ്നേഹിച്ചിരുന്നില്ല. ഇരുപത്തഞ്ചുകൊല്ലമായി ഏകനാണ്. സഹോദരിയേയും കുട്ടികളെയുമൊക്കെ തടവിൽ കഴിയുന്ന കാലത്തേ മറന്നുപോയിരുന്നു. അവരെ കണ്ടുപിടിക്കാൻ ശ്രമിച്ചിരുന്നു. സാധിച്ചില്ല.

പുതിയ ഹൃദയത്തോടുകൂടിയ ഒരു വൃദ്ധനാണ് ഴാങ് വാൽ ഴാങ്.

മെത്രാൻ സത്യവും സാനുകമ്പയും ആ ഹൃദയത്തിൽ ജനിപ്പിച്ചെങ്കിലും സ്നേഹം വിരിയിച്ചത് കൊസെത്താണ്.

കൊസെത്തിനും പുതിയൊരു മനസ്സുണ്ടായി. എല്ലാവരും കൊസെത്തിനെ അകറ്റി നിർത്തുകയായിരുന്നു. ഇപ്പോൾ സ്വീകരിക്കാൻ ഒരാളുണ്ടായിരിക്കുന്നു. തടവിൽ നിന്നാണ് ഴാങ് വാൽ ഴാങ് എഴുതാനും വായിക്കാനും പഠിച്ചിരുന്നത്. കൊസെത്തിനെയും പഠിപ്പിച്ചു. അവൾ പാട്ടുപാടുകയും നൃത്തം വയ്ക്കുകയും ചെയ്തു. ഴാങ് വാൽ ഴാങിന് ഒരു കുട്ടിയെ വേണമായിരുന്നു. അതുകിട്ടിയ സന്തോഷമാണ ദ്ദേഹത്തിന്. കൊസെത്ത് അദ്ദേഹത്തെ അച്ഛാ എന്നു വിളിച്ചു. വേറെന്തെങ്കിലും പേരുണ്ടോ എന്ന് അവൾക്കറിയില്ലായിരുന്നു. കൊസെത്ത് നല്ല പ്രസരിപ്പുള്ള ഒരു കുട്ടിയായി മാറി.

ഴാങ് വാൽ ഴാങ് സന്ധ്യയായാലാണ് പുറത്തേക്കിറങ്ങുക. ഒരു വിളക്കുകാലിന്റെ അടുത്ത് ഒരു യാചകൻ ഉണ്ടാവാറുണ്ട്. ഴാങ് ചിലപ്പോൾ അയാൾക്ക് എന്തെങ്കിലും നാണ്യം കയ്യിലിട്ടുകൊടുക്കുമായിരുന്നു. അന്നും അയാൾ നാണ്യം കയ്യിലിട്ടു തിരിയാൻ നേരം അയാളുടെ നേരെ യാചകൻ സൂക്ഷിച്ചു നോക്കി. വാൽഴാങിന്റെ മനസ്സിൽ ഒരു കൊള്ളിയാൻ മിന്നി. ആ മുഖം പരിചയമുള്ളതാണ്. ഴാവേറാണത്.

അടുത്ത ദിവസം രാത്രി കൊസെത്തിനെ പഠിപ്പിക്കുകയായിരുന്നു ഴാങ് വാൽ ഴാങ്. ഒരു ഉറച്ച കാൽവെപ്പുകളുടെ ശബ്ദം കേട്ടു. മുറിയിലെ വിളക്കണച്ച് കൊസെത്തിനെ കിടക്കയിൽ കിടത്തി. ഴാങ് വാൽ ഴാങ് താക്കോൽ ദ്വാരത്തിലൂടെ പുറത്തേക്ക് നോക്കി. മുഖം ശരിക്കും കാണാൻ കഴിഞ്ഞില്ലെങ്കിലും കഴുത്തിന്റെ ഭാഗം കൊണ്ടു തന്നെ ആളെ തിരിച്ചറിഞ്ഞു. അത് ഴാവേർ തന്നെയായിരുന്നു.

വീട്ടുടമയായ സ്ത്രീ വന്നപ്പോൾ ഴാങ് വാൽഴാങ് കഴിഞ്ഞ ദിവസം

വന്നയാളിനെപ്പറ്റി അന്വേഷിച്ചു. അവിടെ മറ്റൊരു മുറിയിൽ താമസിക്കാൻ വന്നയാളാണ് അതെന്നറിഞ്ഞു. അടുത്തദിവസം തന്നെ അയാൾ വരുമത്രെ.

സ്ത്രീ പോയ ഉടനെ അത്യാവശ്യ സാധനങ്ങളുമെടുത്ത് ഴാങ് വാൽ ഴാങ് കൊസെത്തിനെയും കൂട്ടി വീടുവിട്ടിറങ്ങി. ഊടുവഴികളി ലൂടെയാണ് അവർ പോകുന്നത്. ഇടയ്ക്കിടയ്ക്ക് തിരിഞ്ഞു നോക്കി. ആരും പിന്തുടരുന്നില്ല.

എത്ര നടന്നിട്ടും കൊസെത്ത് ഒരെതിർപ്പും പറഞ്ഞില്ല. എങ്ങോട്ടാണ് പോകുന്നതെന്ന് ഴാങ് വാൽ ഴാങിനും അറിയില്ല. ഒരോ വഴിയിലും നടന്ന് സംശയം തോന്നുമ്പോൾ തിരിച്ചും കുറച്ചു ദൂരം നടന്നു. പിന്നാലെ ആരുമില്ലെന്നുറപ്പുവരുത്തി വീണ്ടും മുന്നോട്ടു നടന്നു.

പള്ളിയിൽനിന്നും പതിനൊന്നു മണിയടിച്ചു. അവർ റ്യുദ് പോങ്ത്വയിൽ പതിനാലാമത്തെ നമ്പർ കെട്ടിടത്തിന്റെ മുന്നിലെത്തി. അതൊരു പോലീസ് സ്റ്റേഷനാണ്.

കുറച്ചകലെ മൂന്നു പേർ നടക്കുന്നു. റ്യുദ്പോങ്ത്വാ കടക്കണം. നടന്ന വഴി അടച്ചുകഴിഞ്ഞിരുന്നു. പെട്ടെന്ന് വളഞ്ഞവഴിയിലൂടെ പോയി. റ്യദ്ദെപ്പോത്തിലേക്ക് കടന്നു.

നല്ല വെളിച്ചമുള്ളിടത്തെത്തിയപ്പോൾ ആ മൂന്നുപേരെ വീണ്ടും കണ്ടു കുറച്ച് കഴിഞ്ഞപ്പോൾ അവർ നാലുപേരായി. അവർ നീളം കൂടിയവരായിരുന്നു. ഒരുനിമിഷം അവർ എന്തോ കൂടിയാലോചനയ്ക്ക് വട്ടത്തിൽ നിന്നു. അതിൽ ഒരാൾ ഴാങ് വാൽ ഴാങ് നിൽക്കുന്ന ഭാഗത്തേക്ക് ചൂണ്ടുന്നുണ്ട്. വേറൊരാൾ എതിർദിശയിലേക്കാണ് ചൂണ്ടിയത്. ചന്ദ്രന്റെ വെളിച്ചത്തിൽ ഴാങ് ഒരാളെ തിരിച്ചറിഞ്ഞു. ഴാവേർ ആയിരുന്നു അത്.

കൊസെത്തിനു നടക്കാൻ വയ്യാതായി. ഴാങ് വാൽ ഴാങ് കൊസെത്തിനെ ചുമലിലിട്ട് വേഗത്തിൽ നടന്നു. പാലത്തിലെത്തി. അവിടെ ചുങ്കം കൊടുക്കണം. ഒരാൾക്കു മതിയായില്ല. നടക്കാൻ പ്രയാസമുള്ളതുകൊണ്ട് കൊസെത്തിന്റെ ചുങ്കവും കൊടുത്തു.

പാലത്തിനക്കരെ മരപ്പണിക്കാരുടെ തെരുവ് കണ്ടു. ഇവിടം ഇരുണ്ടതായിരുന്നു. ഇരുട്ടിലേക്ക് മാറിനിന്ന് ഴാങ് വാൽ ഴാങ് തിരിഞ്ഞു നോക്കി. പാലം വ്യക്തമായി കാണുന്നുണ്ട്. ആ സമയത്ത് നാലു രൂപങ്ങൾ പാലത്തിലൂടെ നടന്നു വരികയാണ്. ഴാങ് വാൽഴാങിനു ചെറുതായി വിറച്ചു.

ആലോചിച്ചു നിൽക്കാൻ സമയമില്ല. കുറച്ചുകൂടി മുന്നോട്ടുപോയി.

അതു രണ്ടു ഭാഗത്തേക്കുമായിപിരിയുന്നു. വലത്തോട്ടുള്ള ഭാഗത്തേക്കാണ് ഴാങ് വാൽ ഴാങ് നടന്നത്.

കൊസെത്ത് ചുമലിൽനിന്നും താഴെയിറങ്ങി. എന്നാൽ നടത്തം സാവധാനത്തിലായിരുന്നു. ഒരോ വളവും തിരിവും കഴിയുമ്പോൾ ആരെങ്കിലും പിൻതുടർന്നു വരുന്നുണ്ടെങ്കിൽ അവർക്ക് വഴി തെറ്റിയിരിക്കുമെന്നാണ് ഴാങ് വാൽ ഴാങ് വിശ്വസിച്ചത്.

കൊസെത്തിന്റെ നടത്തം തീരെ പതുക്കെയായി. അയാൾ അവളെ വീണ്ടും ചുമലിലേറ്റി. പിന്നെ കുറേ സമയം പായുകയായിരുന്നു. ആ വഴി വളവുതിരിവുകളില്ലാതായി കാണപ്പെട്ടു. ഒരിക്കൽ തിരിഞ്ഞു നോക്കുമ്പോൾ ഒരു മങ്ങിയ വെളിച്ചത്തിൽ ആളനക്കം ഉള്ളതായി തോന്നി.

അവിടെ ഒരു മതിൽക്കെട്ടിനടുത്തെത്തി. തെരുവിന്റെ അതിരായിരുന്നു. വലതുഭാഗത്ത് വലിയൊരു മതിൽക്കെട്ടു കണ്ട് തിരിച്ചു പോന്നു. ഇടതുഭാഗത്തേക്കു തന്നെ നടക്കാൻ തുടങ്ങി. അതിന്റെ അറ്റത്ത് വഴിപിരിയുന്ന ഭാഗത്ത് ഒരാൾ നിൽക്കുന്നതായി ദൂരെ നിന്നേ കാണാൻ കഴിഞ്ഞു. ഒരാൾ കാവൽ നിൽക്കുന്നതാണെന്ന് ഒറ്റനോട്ടത്തിൽ മനസ്സിലാവും.

ഴാങ് വാൽഴാങ് പിന്നാക്കം തെറിച്ചു.

വന്ന വഴിയെപോയാൽ ആളനക്കം കണ്ട ഭാഗത്തെത്തും. അത് ഴാവേറും സംഘവുമാവും. മുന്നോട്ടുപോയാൽ കാവൽക്കാരൻ പിടിക്കും. ഒരു വലയിൽ കുടുങ്ങിയപോലെയായി.

ഒരു വഴിയേയുള്ളൂ. മതിലിനോട് ചേർന്നുള്ള വാതിൽ തുറക്കുക. തള്ളിനോക്കി. അനങ്ങുന്നില്ല. സൂക്ഷിച്ചുനോക്കിയപ്പോൾ മനസ്സിലായി അതു വാതിലല്ല.

ദൂരത്ത് ഒരു ക്രമമായ താളത്തിലുള്ള ഒച്ച കേട്ടു. തെരു വിന്റെ മൂലയ്ക്കലൂടെ നിഴലിലേക്ക് മാറിനിന്ന് ഴാങ് വാൽ ഴാങ് നോക്കി. ഏഴോ എട്ടോ പട്ടാളക്കാർ മാർച്ചു ചെയ്തുവരികയാണ്. അവരുടെ കുന്തങ്ങളുടെ മിന്നിച്ച അയാൾ കണ്ടു. അവർ ഓരോ ചുവടുവയ്ക്കുമ്പോഴും മതിലിൽ വാതിലുണ്ടോ എന്ന് ശ്രദ്ധിക്കുന്നുണ്ട്.

ഴാവേർ പിടിച്ചു കൊണ്ടുപോയാൽ വീണ്ടും തണ്ടുവലി ശിക്ഷയുണ്ടാവും. അതുസാരമില്ല. കൊസെത്തിനെ നഷ്ടപ്പെട്ടാൽ പിന്നെ.......

മതിലിനു മുകളിലൂടെ കയറി മറിയുകയേ മാർഗ്ഗമുള്ളൂ. കല്ലുകൾക്കിടയിലുള്ള ചെറിയ വിടവുകളിൽ വിരലൂന്നി മുകളിലെത്താം. കൊസെത്തിനെ എന്തുചെയ്യുമെന്നാണ് അയാൾക്കു തീരുമാനിക്കാൻ

കഴിയാത്തത്.

തെരുവു വിളക്കുകൾ കത്തിക്കുന്നവർ കയറുവഴിയാണ് വിളക്കുതൂണിന്റെ മുകളിലെത്തുക. ഴാങ് വാൽ ഴാങ് തൂണിൽ പിടിച്ചു കയറി കത്തികൊണ്ട് കയർ മുറിച്ചെടുത്തു.

എന്തൊക്കെയാണ് സംഭവിക്കുകയെന്നറിയാതെ കൊസെത്ത് പകച്ചു നിൽക്കുകയാണ്. മറ്റേതെങ്കിലും കുട്ടിയായിരുന്നെങ്കിൽ ഉറക്കെ നിലവിളിച്ചുപോകുമായിരുന്നു. കൊസെത്ത് ഴാങ് വാൽ ഴാങിന്റെ കുപ്പായത്തിൽ പിടിച്ചു പറഞ്ഞു.

"അച്ഛാ.......എനിക്കു പേടിയാവുന്നു."

"മിണ്ടാതിരിക്കണേ. അത് മദാം തെനർദിയറാണ്. ഒച്ചയുണ്ടാക്കിയാൽ അവർ വന്നു പിടിച്ചു കൊണ്ടു പോവും."

കൊസെത്തിന് പിന്നെ മിണ്ടാൻ കഴിഞ്ഞില്ല.

ഴാങ് വാൽ ഴാങ് കയർ മതിലിനു മുകളിൽകെട്ടി. കൊസെത്തിന്റെ കക്ഷത്തിന്റെ താഴെയായി തുണികൊണ്ട് കെട്ടി സ്വന്തം ചുമലിലുറപ്പിച്ചു. കയറിലൂടെ അയാൾ മതിലിന്റെ മുന്നിലെത്തി. മതിലിനുമുകളിൽ കമിഴ്ന്നുകിടന്ന് മുന്നോട്ടു നീന്തിനീങ്ങി. എന്തോ ഭാഗ്യം. അതിനടുത്തായി ഒരെടുപ്പുള്ളതായി കണ്ടു.

അപ്പോഴേക്കും ഒരു ശബ്ദം കേട്ടു. ഴാവേറിന്റെ ശബ്ദമാണത്.

"ആ ഇടവഴി നോക്കൂ. അവൻ അവിടെത്തന്നെയുണ്ട്."

പട്ടാളക്കാർ ഇടവഴിയിലേക്ക് നീങ്ങുന്ന ഒച്ച കേട്ടു. അയാൾ കെട്ടിടത്തിന്റെ മേൽപ്പുരയിലൂടെ നീങ്ങി. തൊട്ടടുത്ത് ഒരു മരമുണ്ട്. അതിൽ പിടിച്ച് താഴെയിറങ്ങി. കൈ ഉരഞ്ഞ് നീറ്റലുണ്ടായെങ്കിലും കൊസെത്ത് മിണ്ടിയില്ല.

"ഇനി മോൾ ഇവിടെ നിൽക്ക്."

ഴാങ് കൊസത്തിനെ ചുമലിൽ നിന്നിറക്കി.

"തണുക്കുന്നുണ്ടച്ഛാ.........."

ഴാങ് ഭാണ്ഢത്തിൽ നിന്നും ഒരു തുണിയെടുത്ത് അവളെ പുതപ്പിച്ചു.

പട്ടാളക്കാരുടെ ശബ്ദം അകന്നുപോകുന്നതായി കേട്ടു.

കുറച്ചകലെ ഒരു മണിയൊച്ച കേൾക്കുന്നു. ആ സ്ഥലത്തേക്ക് ചെന്നു നോക്കി. ഒരാൾ എന്തോ പണി ചെയ്യുകയാണ്. ഴാങ് വാൽഴാങ് അടുത്തുചെന്നു.

"ഫാദർ മദലിയെൻ!"

അയാൾ അത്ഭുതത്തോടെ പറഞ്ഞു.

"നിങ്ങളാരാണ്?"

"അയ്യോ മൊസ്യുമദലിയൻ....ഇങ്ങനെ എന്നെ മറന്നോ.......എന്നെ രക്ഷിച്ച് ഇവിടെ പണിവാങ്ങിച്ചു തന്നത് അങ്ങല്ലേ. ഫൂഷൻവാങ്ങിനെ മറന്നുപോയോ."

"ഓ...... മനസ്സിലായി."

"ഞാനെന്താണ് മദലിയൻ ചെയ്യേണ്ടത്?."

"എനിക്കിവിടെ താമസിക്കണം."

"ഞാനൊറ്റെയ്ക്ക് താമസിക്കുന്ന ആ ചെറ്റപ്പുരയിൽ മൂന്നു മുറികളുണ്ട്. ഒന്നിൽ മദലിയൻ താമസിച്ചോളൂ."

ഒരു കാര്യമുണ്ട് ഞാനിവിടെയുള്ള കാര്യം നിങ്ങൾ ഒരാളോടും പറയരുത്.

"എല്ലാം ഫാദർ മദലിയൻ പറയും പോലെ."

ഴാങ് പോയി. കൊസെത്തിനെ കൊണ്ടുവന്നു. അവൾ തണുത്ത് മരവിച്ചിരുന്നു. മുറിയിലെത്തി ചൂടു കിട്ടിയപ്പോൾ കൊസെത്തു കണ്ണു തുറന്നു

"ഫൂഷൽ വാങ്, ഇന്നു മുതൽ എനിക്കിവിടെ താമസിക്കണം."

ഫൂഷൽവാങ് എതിരൊന്നും പറഞ്ഞില്ല. എങ്കിലും രാത്രി ഉറങ്ങാതെ ഫൂഷൽവാങ് ആലോചിക്കയായിരുന്നു.

മദലിയൻ എങ്ങിനെ മതിലിനുള്ളിലെത്തി? എന്തിനാണ് ഒളിച്ചു വന്നത്? ഒളിച്ചു താമസിക്കുന്നതിന്റെ കാരണമെന്ത് എന്നൊക്കെ രാത്രി മുഴുവൻ പലതരത്തിൽ ചിന്തിച്ചു. ഒടുവിൽ മൊസ്യുമദലിയനെ രക്ഷിക്കണമെന്ന തീരുമാനത്തിലെത്തി.

രാവിലെ ഴാങ് പറഞ്ഞു. "ഫൂഷൽ വാങ്....... ആരുമറിയാതെ വേണം എനിക്കിവിടെ കഴിയാൻ. കൊസെത്തിനെ പഠിപ്പിക്കണമെന്നമുണ്ട്.

"മൊസ്യുമദലിയൻ പറഞ്ഞാൽ മതി. ഞാൻ ചെയ്തുകൊള്ളാം. എന്റെ ജീവൻ രക്ഷിച്ച് എന്നെ ഇവിടെവരെയെത്തിച്ച അങ്ങേയ്ക്കുവേണ്ടി ഞാൻ എന്തും ചെയ്യും. കൊസെത്തിനെ മുന്തിരികൊട്ടയിൽ കിടത്തി ഞാൻ പുറത്തു കൊണ്ടു പോയ്ക്കൊള്ളാം. അവളെ പറഞ്ഞ് മനസ്സിലാക്കിയാൽ മതി. എന്റെ സ്നേഹിതന്റെ വീട്ടിൽ പാർപ്പിക്കാൻ എനിക്കു കഴിയും."

ഫൂഷൽവാങ് താമസിക്കുന്നത് ഒരു മഠത്തിന്റെ കീഴിലുള്ള കുടിലിലാണ്. മഠത്തിൽ ഒരു കന്യകാസ്ത്രീ മരിച്ചിരുന്നു. അവരുടെ ആഗ്രഹം ശവം അവിടുത്തെ അകത്തുതന്നെ അടക്കം ചെയ്യണമെന്നാണ് മഠാധിപതി ഫൂഷൽവാങിനെ കാര്യങ്ങൾ ഏൽപ്പിച്ചു.

"മൊസ്യുമദലിയൻ എനിക്കൊരാവശ്യം വന്നിട്ടുണ്ട്. നിങ്ങൾ സഹാ

യിക്കണം."

കന്യകാസ്ത്രീയുടെ ശവം അകത്ത് അടക്കം ചെയ്യാൻ ഭരണാധികാരികൾ സമ്മതിക്കില്ല. അവരുടെ ആഗ്രഹം സാധിക്കുകയും വേണം. ശവമഞ്ചം ശ്മശാനത്തിലേക്ക് കൊണ്ടു പോയേ പറ്റൂ.

"ശവപെട്ടിയിൽ ഞാൻ കിടക്കാം ഫ്യൂഷൽ വാങ്".

ഴാങ് വാൽ ഴാങ് അയാളെ സമാധാനിപ്പിച്ചു.

"അതു സാധിക്കില്ലല്ലോ.."

"സാധിക്കണം ഫൂഷൽവാങ്."

"ശവപെട്ടിക്ക് ആണിയടിക്കേണ്ടേ?"

ഴാങ് വാൽ ഴാങ് വഴികളൊക്കെ പറഞ്ഞുകൊടുത്തു. ഒടുവിൽ ഫൂഷൽവാങ് സമ്മതിച്ചു.

പറഞ്ഞതുപോലെ തന്നെ ചെയ്യാൻ ഫൂഷൽവാങിനു പ്രയാസമുണ്ടായില്ല. കൊസെത്തിനെ പുറത്തെത്തിച്ചു.

ശവവണ്ടി ശ്മശാനത്തിന്റെ കവാടത്തിലെത്തി... അതുവരെയുണ്ടായിരുന്ന കുഴിവെട്ടുകാരൻ ഫൂഷൽവാങ്ങിന്റെ ചങ്ങാതിയായിരുന്നു. നല്ല കുടിയൻ. തൽക്കാലം കുടിപ്പിച്ചാൽ ഴാങ് വാൽ ഴാങിനു രക്ഷപ്പെടാം. പക്ഷെ ഇപ്പോൾ പുതിയൊരാളാണ്. അയാൾ മെരുങ്ങുന്നില്ല. കുടിച്ചിട്ട് വന്ന് പണിയെടുക്കാമെന്ന് പറഞ്ഞിട്ടൊന്നും അയാൾ സമ്മതിക്കുന്നേയില്ല.

ഴാങ് വാൽഴാങ് മരിച്ചതുപോലെയുള്ള അനുഭവത്തിലായി.

എത്ര പറഞ്ഞിട്ടും കുഴിവെട്ടുകാരൻ കുടിക്കാൻ തയ്യാറായില്ല. പുരോഹിതൻമാർ ശവപ്പെട്ടി കുഴിയിൽ എടുത്തുവച്ചു. ഫൂഷൽവാങ് കുഴിവെട്ടുകാരനെ പണിയിൽ നിന്നും പിന്തിരിപ്പിക്കാൻ ആവതു ശ്രമിച്ചിട്ടും ഫലിച്ചില്ല. അയാൾ മണ്ണുകൊത്തി ശവപ്പെട്ടിമേൽ ഇട്ടുകൊണ്ടിരുന്നു.

എങ്ങിനെ അയാളെ തടയുമെന്നറിയാതെ ഫൂഷൽവാങ് കുഴങ്ങി. അയാൾക്കൊരു സൂത്രം തോന്നി.

"നിങ്ങളുടെ ശീട്ടു കയ്യിലുണ്ടോ?..."

"ശ്മശാനത്തിൽനിന്നും അസ്തമയത്തിനു മുമ്പ് പോയി ല്ലെങ്കിൽ ശീട്ടില്ലാത്തവർ പിഴയെടുക്കണം"

ശവക്കുഴിവെട്ടുകാരൻ കീശതപ്പി.

"അയ്യോ അതെടുക്കാൻ മറന്നുപോയി എന്നു തോന്നുന്നു. ഇനിയെന്തുചെയ്യും........."

"വീട് അടുത്താണോ?........"

"ഉം."

"എങ്കിൽ വേഗം പോയി ശീട്ടെടുത്തുകൊണ്ടു വന്നോളൂ. ശീട്ടു കൊണ്ടുവന്നാൽ ഏതുസമയത്തും പോകാലോ കവാടം അടക്കുന്നതിനു മുന്നേ ഓടിക്കോളൂ."

കുഴിവെട്ടുകാരൻ പിന്നെയിവിടെ നിന്നില്ല.

ഫൂഷൽവാങ് ഉറക്കെ വിളിച്ചു.

"ഫാദർമദലിയൻ."

ഉത്തരമില്ല

ഫൂഷൽവാങ് കുഴിയിലിറങ്ങി ശവപെട്ടിയുടെ മൂടു തുറന്നു.

ഴാങ് വാൽ ഴാങ്ങിന്റെ കണ്ണുകൾ അടഞ്ഞിരുന്നു. ആ മുഖം വിളർത്തിരുന്നു.

ഹോ..... ഈ മനുഷ്യനെ രക്ഷിക്കാൻ വിചാരിച്ചിട്ട് ഇങ്ങനെയായ ല്ലോ......... ഫാദർമദലിയൻ മരിച്ചു പോയല്ലോ........

ഫൂഷൽവാങ് തേങ്ങിതേങ്ങിക്കരഞ്ഞു.

"മൊസ്യുമദലിയൻ..........മൊസ്യുമദലിയൻ എണീക്കൂ...... എണീറ്റു രക്ഷപ്പെടൂ."

അയാൾ ഉറക്കെ തന്നെ വിളിച്ചു പറഞ്ഞു. മറ്റേ അറ്റത്ത് ശ്മശാനപ്പടി വാതിൽ അടയാക്കുന്ന ശബ്ദം കേട്ടു.

ശവത്തിനു ജീവൻ വരുന്നതുപോലെ. ഫൂഷൽ വാങ് ഞെട്ടി.

"ഞാനുറങ്ങിപ്പോയി."

"വേഗം പുറത്തു കടക്കൂ."

രണ്ടുപേരും കുഴിയിൽനിന്നും കയറി. രണ്ടുപേരും കൂടി കുഴി നികത്തി പുറത്തേക്കു നടന്നു.

രാത്രി കൂടിക്കൂടി വരുന്നു.

ഫൂഷൽവാങിന്റെ കുടിലിൽ അന്നു രാത്രി കഴിച്ചുകൂട്ടാൻ പ്രയാസ മുണ്ടയില്ല. പിറ്റേ ദിവസമേ അവർ കൊസെത്തിനെ കാണാൻ പോയുള്ളൂ. കൊസെത്ത് പേടിച്ചിരിക്കയായിരുന്നു. കൊസെത്തിനെയും കൂട്ടി അവർ മഠത്തിലേക്കു വന്നു. കൊസെത്തിനെ അവിടെ പഠിക്കാൻ ചേർത്തു. ഫൂഷൽ വാങിന്റെ സഹോദരനായി ഴാങും അവിടെ കഴിഞ്ഞു.

ഒരു മാസത്തോളം ഴാവേർ ആ പ്രദേശത്തു തന്നെ ഉണ്ടായിരുന്നു. ഴാങ് പുറത്തേക്കു പോയതേയില്ല.

അവിടെ ഴാങ് വാൽ ഴാങും കൊസെത്തും സുഖമായി ജീവിച്ചു. കൊസെത്ത് ഇപ്പോൾ ചിരിക്കാൻ തുടങ്ങി.

പുതിയൊരു കാലഘട്ടം അവരുടെ ജീവിതത്തിൽ പൂത്തുനിന്നു.

മരിയുസ്

പാരീസ് നഗരത്തോട് ഇതാരാണെന്നു ചോദിച്ചാൽ അതെന്റെ കുട്ടിയാണ് എന്നുത്തരം കിട്ടും. പാരീസിന്റെ തെമ്മാടി ചെക്കൻ. എപ്പോഴും അവൻ ആഹ്ളാദിക്കുന്നതായി കാണാം. ആർപ്പുവിളിച്ച് കളിച്ചു കൊണ്ടേയിരിക്കും. പാട്ടുപാടും. ഒച്ചയിടും. നിലവിളികൂട്ടും. അവനെ തെമ്മാടിചെക്കനെന്നാണ് വിളിച്ചത്. അവനെപ്പോലെയുള്ളവരുടെ ചെറിയസംഘങ്ങളും ഉണ്ട്.

ലൂയിപതിനാലാമന്റെ കാലത്ത് ഇങ്ങനെ തെരുവുകുട്ടികൾ ഉണ്ടാവുന്നത് ആവശ്യമായിരുന്നു. അന്നത്തെ നാവികസൈന്യത്തിന്റെ പ്രധാന പടക്കപ്പൽ തോണികളായിരുന്നു. പടക്കപ്പൽ നീങ്ങണമെങ്കിൽ തണ്ടു വലിക്കാൻ ആളു വേണം. ഇതിനായി ഉപയോഗിച്ചത് ശിക്ഷകൾ കിട്ടിയവരെയാണ്. പിന്നീട് തണ്ടുവലി ശിക്ഷ എന്നായി. കഠിനമായ ശിക്ഷയാണത്.

പാരീസിന്റെ ഒരു സൃഷ്ടിയാണാ കുട്ടി. അവന് ഒരച്ഛനുണ്ട്. അയാൾ അവനെപ്പറ്റി ചിന്തിച്ചിട്ടില്ല. അവനൊരമ്മയുണ്ട്. അമ്മ അവനെ സ്നേഹിച്ചിട്ടില്ല.

അവൻ താമസിക്കുന്നത് ഗാർബോ ചെറ്റപ്പുരയിലാണ്. അവിടെ ഓരോ മുറിയിലും യാതൊരു ബന്ധമില്ലാത്തവരാണ് താമസിക്കുന്നത്. അവനെ അവിടെയുള്ളവർ വിളിച്ചിരുന്നത് ഗവ്രോഷ് കുട്ടി എന്നായിരുന്നു. ആ പേര് കിട്ടിയത് അച്ഛൻ ഴൌൻ ദ്രെത് ആയതുകൊണ്ടാവാം.

ഗവ്രോഷ് താമസിച്ചിരുന്ന മുറിയുടെ തൊട്ടടുത്തുള്ള തിൽ മൊസ്യു മരിയുസ് എന്നു പേരുള്ള ഒരു ദരിദ്ര യുവാവായിരുന്നു താമസിച്ചത്.

മരിയുസ്സിന്റെ ചെറുപ്പത്തിലേ അമ്മ മരിച്ചുപോയി. അച്ഛനെ വലിയച്ഛൻ പറഞ്ഞയച്ചു. സർവകലാശാലാവിദ്യാഭ്യാസം കഴിഞ്ഞപ്പോൾ മരിയുസ്സ് നിയമപഠനത്തിനു ചേർന്നിരുന്നു.

വലിയച്ഛനെ സ്നേഹിക്കാൻ മരിയുസ്സിനു കഴിഞ്ഞില്ല. അച്ഛനോടും പ്രത്യേകിച്ചൊരു മമതയില്ലാതായി.

മരിയുസ്സിനു പതിനേഴു തികഞ്ഞു. ഒരു ദിവസം മുത്തച്ഛൻ മരിയുസ്സിനോടു പറഞ്ഞു.

"നീ നാളെ വെർലോങിലേക്കു പോകണം."

"എന്തിന്?"

"നിന്റെ അച്ഛനെകാണാൻ."

മരിയുസ്സിനു തീരെ താൽപര്യമില്ലായിരുന്നു. അച്ഛനു സുഖമില്ലാത്തതുകൊണ്ട് ചെന്നു കാണാൻ കത്തുവന്നിരുന്നു എന്ന് മുത്തച്ഛൻ അറിയിച്ചു.

പിറ്റേ ദിവസം സന്ധ്യയോടെയാണ് മരിയുസ്സ് വെർനോങ്ങിലെത്തിയത്.

മകനെ കാണണമെന്ന് അയാൾ ആഗ്രഹിച്ചിരുന്നതാണ്. അവസാന ദിവസം ഭ്രാന്ത്പിടിച്ച പോലെ മകനെ തേടി അയാൾ ഓടി. അകത്തു തന്നെ വീണു ജീവൻപോയി. ആ സമയത്താണ് മരിയുസ് അവിടെയെത്തുന്നത്.

മെഴുകുതിരിയുടെ വെളിച്ചത്തിൽ അച്ഛന്റെ കണ്ണിൽനിന്ന് ഒരു കണ്ണുനീർതുള്ളി കവിളത്തേക്ക് വീണത് മരിയുസ്സ് വ്യക്തമായി കണ്ടു.

അവിടെയുള്ളവരൊക്ക കരച്ചിലടക്കാൻ പാടു പെടുകയായിരുന്നു.

ശവസംസ്ക്കാരം കഴിഞ്ഞ ഉടനെ അവൻ പാരീസിലേക്കു പോയി.

പള്ളിയിൽ പ്രാർത്ഥിക്കാൻ പോകാറുള്ള മറിയൂസ് ആ ഞായറാഴ്ച കുർബാനയ്ക്ക് പോയതായിരുന്നു. പ്രായമായ ഒരാൾ അടുത്തായി നിന്നു. അയാൾ മരിയൂസിനോട് അച്ഛന്റെ വിവരങ്ങൾ പറഞ്ഞു. ഏതു ദിവസമാണ് പള്ളിയിൽ വരാറുള്ളതെന്ന് അച്ഛന് അറിയാമായിരുന്നു. മറിയൂസിനെ കാണുവാൻ വേണ്ടി അച്ഛൻ ആ ദിവസങ്ങളിൽ പള്ളിയിലെത്തിയിരുന്നു. മറയൂസിനെ അച്ഛന് ജീവനായിരുന്നു എന്ന് അവൻ അയാളിൽ നിന്നറിഞ്ഞു. അച്ഛന്റെ പേര് പോങ് മെർസി എന്നാണ്

അയാൾ ഗ്രന്ഥശാലയിൽ പോയി പോങ്ങ്മെർസിയുടെ വിവരങ്ങൾ ശേഖരിച്ചു. സൈന്യത്തിലായിരുന്ന അച്ഛൻ സുശീലനും വിശിഷ്ടനുമാണെന്ന് മറിയൂസ് മനസ്സിലാക്കി. മരിയൂസ് അച്ഛനെ മനസ്സ്കൊണ്ട് പൂജിക്കാൻ തുടങ്ങി.

ചരിത്ര പഠനത്തിലൂടെ മറിയൂസിന്റെ വിശ്വാസവും മാറി. ഉള്ളിൽ തട്ടിയ പ്രജാധിപത്യക്കാര നായി തീർന്നു മരിയൂസ്.

ഈ വിശ്വസമാറ്റമൊന്നും മരിയൂസ് പുറത്തുകാട്ടിയില്ല. അയാൾ അധികമധികം സന്തോഷരഹിതനായിത്തീർന്നു. മിണ്ടാതിരുന്നു ഭക്ഷണം കഴിക്കും മിക്കപ്പോഴും എങ്ങോട്ടോ പോകും വലിയമ്മ ഈ പോക്ക് എങ്ങോട്ടാണെന്ന് ചോദിച്ചാൽ പഠിക്കാ നാണെന്നു പറഞ്ഞു ഒഴിഞ്ഞുമാറും.

ഏതോ പെണ്ണിനെ കാണാനാണ് മരിയൂസ് പോകുന്നതെന്ന് വലിയ മ്മയും വലിയച്ഛനും വിചാരിച്ചിരുന്നു. അവർ മരിയുസ്സിന്റെ നീക്കങ്ങൾ ശ്രദ്ധിക്കുവാൻ ഒരാളെ ഏർപ്പാടു ചെയ്തു.

മരിയുസ്സ് പൂക്കാരിപെണ്ണിന്റെ കയ്യിൽനിന്നും ഒരു പൂവു വാങ്ങി. അവൻ നേരെ പള്ളിയിലേക്ക് പോയി. പള്ളിയുടെ ഉള്ളിൽ കടക്കാതെ ശവക്കല്ലറയുടെ ഭാഗത്തേക്കു പോയി.

മുട്ടുകുത്തിയിരുന്ന് പൂവ് മണ്ണിൽ വച്ച് അൽപസമയം കഴിഞ്ഞപ്പോൾ മരിയുസ്സ് തേങ്ങിക്കരഞ്ഞു പോയി.

"എന്റെ അച്ഛൻ ഒരു സാധുവും ധീരനുമായിരുന്നു. പ്രജാധിപ ത്യത്തെയും ഫ്രാൻസ് രാജ്യത്തെയും വേണ്ടവിധം അദ്ദേഹം സഹായിച്ചു. ഏറ്റവും മഹാത്മ്യമേറിയ ചരിത്രങ്ങളിലൊന്നിൽ അദ്ദേഹം ഒരു മഹാനാ യിരുന്നു. കാൽനൂറ്റാണ്ടുകാലം അദ്ദേഹം പട്ടാളത്താവളത്തിൽ കഴിഞ്ഞു. രണ്ടുകൊടിക്കൂറ പിടിച്ചെടുക്കാൻ അദ്ദേഹത്തിന് സാധിച്ചു. ഇരുപതു മുറിവേറ്റു. ആരും ഓർമ്മിക്കാതെയും എല്ലാവരാലും ഉപേക്ഷിക്കപ്പെട്ടു മാണ് അദ്ദേഹം മരിച്ചത്. സ്വന്തം രാജ്യത്തെയും എന്നെയും അദ്ദേഹം സ്നേഹിച്ചിരുന്നു."

വലിയച്ഛൻ മരിയൂസിന്റെ ഈ വിവരം അറിഞ്ഞതുമുതൽ ശുണ്ഠിയെ ടുത്തു. വഴക്കു പറഞ്ഞു. ഒടുവിൽ സഹിക്കാൻ കഴിയാതായി. അവൻ അത്യാവശ്യസാധനങ്ങളുമെടുത്ത് വീട്ടിൽ നിന്നിറങ്ങി.

എങ്ങോട്ടാണ് പോകുന്നതെന്നോ എന്തിനാണു പോകുന്നതെന്നോ മരിയുസ്സിനു പോലും നിശ്ചയമില്ലാതിരുന്നു.

കുറച്ച് ദിവസം കൊണ്ട് മരിയുസ്സ് കർഫെരാക്കിന്റെ സ്നേഹിതനായി. കർഫെരാക്ക് മരിയുസ്സിനെ ഒപ്പം താമസിപ്പിച്ചിരുന്നു. അവിടെ അവൻ സ്വാതന്ത്ര്യത്തോടു കൂടി ശ്വസിച്ചു.

രണ്ടുപേരും പ്രജാധിപത്യം ഇഷ്ടപ്പെടുന്നവരാണ്. കർഫെരാക്ക് പറഞ്ഞു.

"മരിയുസ്സ് എബിസി സുഹൃദ്സംഘത്തിന്റെ സദസ്സിലേക്കു വരണം."

അടുത്ത ദിവസം തന്നെ അങ്ങോട്ട് കൊണ്ടുപോവുകയും ചെയ്തു. അവിടെ തത്വശാസ്ത്രവും സാഹിത്യവും കലയും ചരിത്രവും മതവുമൊ ക്കെ ചർച്ചചെയ്തിരുന്നു.

മുസെങ്ങ് കാപ്പിപീടികയുടെ പിൻവശത്തെമുറിയിൽ വെച്ചാണ് എബിസി എന്ന സംഘടനയുടെ സദസ്സ്. മരിയുസ്സൊഴികെ എല്ലാവരും സംസാരിക്കുന്നുണ്ട്.

അപ്രതീക്ഷതമായി വാട്ടർ ലൂ എന്ന വാക്ക് കേട്ടതോടെ മരിയുസ്സിനു വിറയലായി. എന്തെങ്കിലും പറഞ്ഞോ മനസ്സ് അടങ്ങൂ എന്നപോലെ.

"ഞാൻ നിങ്ങളുടെ കൂട്ടത്തിൽ പുതുതായി വന്നതാണ്. എന്റെ ചങ്ങാതിമാരേ നമുക്ക് ന്യായം നോക്കാം."

മരിയുസ്സ് പിന്നെയും കുറെ സംസാരിച്ചു.

"സ്വതന്ത്രരാവുക" സദസ്സിൽ നിന്നും ഒരു സുഹൃത്ത് പറഞ്ഞു. ആ വാക്ക് മരിയുസ്സിന്റെ തലയിൽ പുതിയ ചിന്തകൾക്ക് തുടക്കമിട്ടു.

കർഫെരാക്ക് പറഞ്ഞതുകൊണ്ടാണ് കൂടെ താമസിക്കുന്നത്. ഹോട്ടൽക്കാരൻ അതിനു പണം വേണമെന്നു പറഞ്ഞു. കർഫെരാക് ഇട പറഞ്ഞ് അവധിവാങ്ങുകയായിരുന്നു. ഒരു ദിവസം ഹോട്ടൽക്കാരൻ മരിയുസ്സിനോട് പണം ആവശ്യപ്പെട്ടു. കടമാക്കാതെ പണം കൊടുത്ത് അവൻ അവിടെനിന്നും ഇറങ്ങി.

മരിയുസ്സിന് ജീവിതം വല്ലാത്ത പ്രയാസമായിത്തീർന്നു. ഭക്ഷണ മില്ലാത്ത പകലുകൾ, ഉറക്കമില്ലാത്ത രാത്രികൾ ഒക്കെ അവൻ സഹിച്ചു.

ആശിക്കാനൊന്നുമില്ലാത്ത ഭാവി. മരിയുസ്സിനെ നോക്കിനിന്നു.

ഉടുപ്പ് നന്നല്ലാത്തതു കൊണ്ട്പരിഹസിക്കപ്പെട്ടു. ദരിദ്രനായതുകൊ ണ്ട് മോശക്കാരനായി കണ്ടു. ദൗർഭാഗ്യം, നിസ്സഹായത്വം, ഉപേക്ഷിക്ക പ്പെട്ട അവസ്ഥ, മരിയുസ്സ് ആ യുദ്ധക്കളത്തിലായിരുന്നു.

ഉടുപ്പിന്റെ ക്ഷാമംകൊണ്ട് രാത്രിമാത്രം പുറത്തിറങ്ങുന്നത് ശീല മാക്കി.

ഇതിനിടയിൽ വക്കീൽപ്പണി ചെയ്യുവാൻ മരിയുസ്സിന് അനുവാദം കിട്ടി. കർഫെരാക്കിന്റെ വിലാസത്തിലാണ് ജോലി ചെയ്തിരുന്നത്. കത്തുകളെല്ലാം കർഫെരാക്കിന്റെ മേൽവിലാസത്തിലാണ് അയപ്പി ക്കാറുള്ളത്.

മരിയുസ്സ് ഏറ്റവും വലിയ ദുർഘടങ്ങളിലൂടെയെല്ലാം കടന്നുപോ വുകയായിരുന്നു.

പ്രസിദ്ധീകരണശാലയിൽ സാഹിത്യവകുപ്പിൽ ഒരു സഹായിയായി ചേർന്നു കുറച്ച് പണം സമ്പാദിക്കാൻ സാധിച്ചു. കുറഞ്ഞ ചെലവിൽ കഴിയാവുന്ന ഒരു താമസസ്ഥലമായിട്ടാണ് ഗോർബോ ഭവനത്തിൽ കയറിക്കൂടിയത്.

മരിയുസ്സ് ഏകാന്തതയിൽ ജീവിച്ചു നാട്ടുംപുറങ്ങളിലോ ഏറ്റവും ആൾക്കൂട്ടം കുറഞ്ഞ വഴിയിലോ മാത്രമേ മരിയുസ്സ് നടക്കാൻ പോകൂ. അങ്ങനെയുള്ള ഒരു യാത്രയിലായിരുന്നു ഗോർബോ വീട് കണ്ടെത്തി

യത്. മൊസ്യുമരിയുസ്സ് എന്ന പേരിലാണ് അവിടെ അവൻ അറിയ പ്പെട്ടിരുന്നത്.

1830ലെ ഭരണമാറ്റം മരിയുസ്സിനെ തൃപ്തനാക്കി. അയാൾ മനുഷ്യ സമുദായ കക്ഷിയായ ഫ്രാൻസിനെ ഇഷ്ടപ്പെട്ടു. ഒരു പ്രവർത്തിയേ ക്കാളധികം ഒരാലോചനയും ഒരു യുദ്ധവീരനേക്കാളധികം ഒരു കവിയേ യും മാറെൻഗോ യുദ്ധത്തേക്കാളധികം ബൈബിളിലെ യോബ് പോലെ യുള്ള ഒരു പുസ്തകത്തെയുമാണ് അദ്ദേഹം അഭിനന്ദിച്ചത്.

ഇങ്ങനെയുള്ള ആലോചനയിലൂടെ മരിയുസ്സ് ജീവിതത്തിന്റെയും മാനുഷിക തത്വശാസ്ത്രത്തിന്റെയും പരമാർത്ഥാവസ്ഥയിൽ എത്തി യിരിക്കുന്നു എന്നയാൾ വിശ്വസിക്കുന്നു. മരിയുസ്സിന്റെ ആത്മാവ് പരമ ശുദ്ധമായിത്തീർന്നു.

നമ്മുടെ കണ്ണുകൾക്ക് മറ്റുള്ളവരുടെ മനസ്സിന്റെ അകം കാണാൻ കഴിവുണ്ടായിരുന്നെങ്കിൽ മനുഷ്യരെ കുറെക്കൂടി തെറ്റാതെ മനസ്സിലാ ക്കാൻ കഴിയുമായിരുന്നു.

മരിയുസ്സിന്റെ താമസസ്ഥലത്തെ മറ്റൊരുഭാഗത്തുണ്ടായിരുന്നത് ഴൊൻദ്രെത്ത് കുടുംബക്കാരായിരുന്നു. അവരും പാവങ്ങളായിരുന്നു.

വീട്ടുകാവൽക്കാരി മരിയുസ്സിനോട് വർത്തമാനം പറയുന്നതിനിടയിൽ അവനാവിവരമറിഞ്ഞു ചോദിച്ചു.

എന്തിനാണ് അവരെ പറഞ്ഞയച്ചത്?......

“ഴൊൻദ്രെത് കുടുംബം ആറുമാസത്തെ വാടക ബാക്കിയാക്കി. പറ്റില്ല ഇങ്ങനെ. ഞാനവരെ ഒഴിവാക്കി.”

മരിയുസ്സ് മേശവലിപ്പു തുറന്നു. പണമെടുത്തു കൊടുത്തു. “ഇതാ...വാടകകഴിച്ച് ബാക്കി ആ പാവങ്ങൾക്കു കൊടുത്തേക്കൂ. ഞാനാ ണ് തന്നതെന്ന് അവരോട് പറയരുത്.”

മരിയുസ്സിന്റെ കഷ്ടപ്പാട് കുറഞ്ഞുവരികയായിരുന്നു. അവൻ സുഭഗ നായ ഒരു ചെറുപ്പക്കാരനായി. ശാന്തതയും ഗൗരവവും നിറഞ്ഞ മുഖഭാ വമാണ്. ഇപ്പോൾ ആളുകളുടെ മുന്നിൽ നിൽക്കുന്നതിനു മടിയില്ല. മുമ്പൊക്കെ ചെറുപ്പക്കാരികളെ കാണുമ്പോൾ ഓടിയൊളിക്കുമായിരുന്നു. കാരണം മരിയുസ്സിനെ കാണുന്നവർ വീണ്ടുംവീണ്ടും നോക്കും പഴയ ഉടുപ്പും ദാരിദ്ര്യവും കണ്ടാണ് നോക്കുന്നതെന്ന് മരിയൂസ്സ് വിചാരിക്കുന്നു. അയാളുടെ പ്രത്യേകമായ അന്തസ്സുകണ്ടാണ് അവരൊക്കെ നോക്കി യിരുന്നത് മരിയുസ്സിന് അതറിയില്ലായിരുന്നു. ലുക്സെംബർഗിലെ നട വഴികളിലൊന്നിൽ ഒരു പുരുഷനും ഒരു ചെറിയ പെൺകുട്ടിയും വന്നി രിക്കാറുണ്ട്. മരിയുസ്സ് എപ്പോൾ പോകുമ്പോഴും അവൻ അവിടെ

യുണ്ടാകും. പെൺകുട്ടിയെ മരിയുസ്സിന് ഇഷ്ടമായി പാവം പെൺകുട്ടി എന്നതായിരുന്നു അവന്റെ വിചാരം. അവരെ പരിചയപ്പെടണമെന്ന് മരിയുസ്സിന് ആഗ്രഹമുണ്ടായിരുന്നു. നാണംകൊണ്ട് സംസാരിക്കാൻ കഴിഞ്ഞില്ല. എന്നാലും അവിടെ പോയിരുന്ന് ആ അച്ഛനെയും മകളെ യും കാണുന്നത് മരിയുസ്സ് പതിവാക്കി.

ഒരു ദിവസം അവർ എവിടെ താമസിക്കുന്നു എന്നറിയാൻ വേണ്ടി പിന്തുടരുകയും ചെയ്തു. അതോടുകൂടി ആ അച്ഛനും മകളും വരാതാ യായി.

ആ അച്ഛനെയും മകളെയും കാണുകയെന്നത് മരിയുസ്സിന് സന്തോഷ മായിരുന്നു. അവർ തന്നെയും ഇഷ്ടപ്പെടുന്നുണ്ട്. എന്നായിരുന്നു വിശ്വാസം.

അവരെകാണാൻ വേണ്ടി താമസസ്ഥലത്തേക്കു ചെന്നു നോക്കുവാൻ മരിയുസ്സ് തീരുമാനിച്ചു. സ്ഥലത്ത് എത്തി ചോദിച്ചപ്പോൾ മരിയുസ്സ് ഇഷ്ടപ്പെടാത്ത വിവരമാണു ലഭിച്ചത്. അവർ താമസം മാറ്റിയിരിക്കുന്നു. എങ്ങോട്ടാണ് പോയതെന്നറിയില്ല. മാത്രമല്ല എല്ലാദിവസവും അവരെ ശ്രദ്ധിച്ചതുകൊണ്ട് താമസസ്ഥലം വരെ ചെന്ന മരിയുസ്സ് ഒറ്റുകാരനാ ണെന്ന് അവർ വിശ്വസിക്കുകയും ചെയ്തിരിക്കുന്നു.

അവരെ കാണണമെന്ന വിചാരം മരിയുസ്സിൽ വർദ്ധിക്കുകയാണ് ചെയ്തത്. അയാൾ ഇടവിടാതെ അവരെ അന്വേഷിച്ചു കൊണ്ടിരുന്നു. എവിടെയെല്ലാം തിരഞ്ഞിട്ടും അവരെ കണ്ടെത്താൻ കഴിഞ്ഞില്ല. അയാൾ ദു:ഖിച്ചു.

ജീവിതം തന്നെ ശൂന്യമായതുപോലെ. നടന്നു തളർന്നു ക്ഷീണിച്ചു.

സുഹൃത്തുക്കളായ കർഫെരാക്കും ബൊസ്വയും ഗ്രാന്തേറും മരിയു സ്സിന്റെ പ്രയാസം മനസ്സിലാക്കി. അവർ അവനെ നൃത്തപരിപാടി കൾക്കും മറ്റും കൂട്ടികൊണ്ടുപോയി. അവിടെയൊക്കെ എല്ലാത്തരം ആൾക്കാരും വരും. ചിലപ്പോൾ ആ പെൺകുട്ടിയെയും കണ്ടെത്താൻ കഴിഞ്ഞെങ്കിലോ. അവിടങ്ങളിലൊന്നും അന്വേഷണം വിജയിച്ചില്ല.

ഒരു ദിവസം ബുൽവാർദെ ആൻവലിന്നടുത്തുള്ള ഒരു തെരുവിൽ മരിയുസ്സ് ഒരാളെ കണ്ടു. കൂലിപ്പണിക്കാരന്റെ ഉടുപ്പാ ണെങ്കിലും മുന്നേ പരിചയമുള്ള മുഖം. നരച്ച തലമുടി മറച്ചു കൊണ്ട് നീണ്ട തൊപ്പിയുണ്ട്. എന്നാലും നരച്ച മുടിച്ചു രുളുകൾ വെളിയിൽ കാണുന്നു. അയാളെ അടുത്തു ചെന്നു നോക്കും മുമ്പെ ആൾ സ്ഥലം വിട്ടു.

മരിയുസ്സ് സ്വന്തം കാര്യം മാത്രമേ നോക്കുന്നുള്ളൂ. അതു തന്നെ വേണ്ടത്രയില്ല.

ഗോർബോ ഭവനത്തിൽ മരിയുസ്സും മുമ്പൊരിക്കൽ വാടക കൊടുത്ത് സഹായിച്ച ഴൌൻഡ്രെത്ത് കുടുംബവും മാത്രമേ താമസമുള്ളൂ. ആ കുടുംബത്തിലുള്ള ആരോടും മരിയുസ്സ് മിണ്ടുക കൂടി ചെയ്തിട്ടില്ല.

ഒരു രാത്രി മരിയുസ്സ് പുറത്തേക്കിറങ്ങിയതായിരുന്നു. പെട്ടെന്ന് രണ്ടുപെൺകുട്ടികൾ അയാളെ തട്ടിക്കൊണ്ട് ഓടിപ്പോയി.

പോലീസുകാർ പിടിക്കാൻ വരുമ്പോൾ അവർ ഓടിപ്പോയതാണെന്ന് അവരുടെ സംസാരത്തിൽ നിന്നും മരിയുസ്സ് മനസ്സിലാക്കി.

അയാളുടെ മുന്നിൽ ഒരു വെളുത്ത കവർ കിടന്നിരുന്നു. കവർ ഒട്ടിച്ചിരുന്നില്ല. വെളിച്ചമുള്ളിടത്തേക്ക് നീങ്ങിനിന്ന് മരിയുസ്സ് കവർ തുറന്ന് വായിച്ചു. പണത്തിനുള്ള ബുദ്ധിമുട്ടാണ് അതിൽ എഴുതിയിട്ടുള്ളത്. ആരുടെതാണ് എഴുത്തെന്ന് തിരിച്ചറിയാൻ കഴിഞ്ഞില്ല.

പിറ്റെ ദിവസം മരിയുസ്സിന്റെ മുറിയിൽ ഒരു പെൺകുട്ടി വന്നു. അവൾ ഒരു കത്തു അവനു കൊടുത്തു. കഴിഞ്ഞദിവസം വീണുകിട്ടിയ കത്തിലെ കയ്യക്ഷരം തന്നെ.

“ആറുമാസം മുമ്പ് എന്റെ വാടക കൊടുത്തു സഹായിച്ച അയൽക്കാരാ ഞാൻ വലിയ ദാരിദ്ര്യത്തിലാണ്. എന്തെങ്കിലും ഒരു സഹായം...... ഴൌൻഡ്രെത്ത്.”

ആ കുട്ടി മുറിയിൽ പലതും കണ്ട് എടുത്തു നോക്കി. ചില മൂളിപ്പാട്ടുകൾ കൊണ്ട് ഒച്ചയുണ്ടാക്കി. മേശമേൽ കണ്ട ഒരു പുസ്തകമെടുത്തു വായിച്ചു.

“ഇതു വാട്ടർ ലൂ യുദ്ധത്തെക്കുറിച്ചുള്ളതാണല്ലോ. എന്റെ അച്ഛൻ സൈന്യത്തിൽ ഉദ്യോഗസ്ഥനായിരുന്നു. ഇപ്പോ.......”

അവൾ ഒന്നു നിർത്തിയിട്ട് ഒരു പാട്ടിന്റെ ആദ്യവരികൾ മെല്ലെ പാടി.

“എനിക്കു വിശക്കുന്നു അച്ഛാ.
എനിക്കു തിന്നാനൊന്നുമില്ല.
എനിക്കു തണുക്കുന്നു അമ്മേ.
എനിക്കുടുക്കാനൊന്നുമില്ല.......”

പാട്ടുപാടിക്കഴിഞ്ഞ ശേഷം അവൾ മരിയുസ്സിന്റെ മുഖത്തു നോക്കി. കുട്ടി വന്ന കാര്യം അവൻ ഓർത്തു.

അയാൾ കീശയിൽ തപ്പി. ഒന്നും കിട്ടിയില്ല. അത് പെൺകുട്ടി കാണുന്നുണ്ട്. അവൾ വീണ്ടും പറഞ്ഞു.

“ഞങ്ങൾ ഇവിടെ വരുന്നതിനു മുമ്പ് മഴക്കാലത്ത് പാലങ്ങളുടെ കമാനങ്ങൾക്കുള്ളിൽ താമസിച്ചിട്ടുണ്ട്. മരവിച്ചു പോകാതിരിക്കാൻ എല്ലാരും കൂടി കെട്ടിപ്പിണഞ്ഞാണ് കിടക്കുക. എന്റെ ചെറിയ അനിയത്തി

കരയും. വെള്ളത്തിൽ ചാടിചത്തുകളയാം എന്നു വിചാരിക്കും തണുപ്പോർക്കുമ്പോൾ വെള്ളത്തിൽ ചാടാൻ തോന്നുകയില്ല.”

മരിയുസ്സ് പിന്നെയും പണമുണ്ടോ എന്നു പരതി. കയ്യിൽ കിട്ടിയില്ല. അതുകണ്ട് പെൺകുട്ടി കൂടുതൽ ദയനീയമായി പറഞ്ഞു.

“രാത്രി ചിലപ്പോൾ പുറത്തിറങ്ങിയാൽ എവിടെയെങ്കിലും കിടന്നുറങ്ങും. നടക്കാവിലൂടെ രാത്രി നടന്നുപോവുമ്പോൾ വീടുകളൊക്കെ കറുത്ത് നോതൃദാം പള്ളിപോലെയിരിക്കും. വെളുത്ത ചുമരുകൾ പുഴകളായി തോന്നും. നക്ഷത്രങ്ങൾ കത്തി നിൽക്കും. പുകയുന്നു ണ്ടോ എന്നു തോന്നിപ്പോകും. കാറ്റ് ഊതിക്കെടുത്തിയേക്കുമോ എന്നു പേടിയാകും. എന്തിന്റെയൊക്കെയോ ഒച്ച കേൾക്കും. ആളുകൾ എന്റെ നേരെ കല്ലെറിയുന്നുണ്ടോ എന്നു പേടിച്ച് എങ്ങോട്ടെന്നില്ലാതെ പായും.”

മരിയുസ്സ് ഈ സമയം കുറച്ച് പണം അവളുടെ കയ്യിൽ വച്ചു കൊടുത്തു. അവൾ അത് ആർത്തിയോടെ വാങ്ങി. അവനെ സലാം ചെയ്ത് പുറത്തേക്ക് ഓടിപ്പോയി.

കുട്ടിപോയപ്പോഴാണ് മരിയുസ്സ് തന്റെ കഷ്ടപ്പാടിനെ ക്കുറിച്ചോർത്തത്. തന്നെക്കാൾ പാവപ്പെട്ടവരുണ്ട് എന്ന സത്യമാണ് കണ്ടത്.

ഒരേ കെട്ടിടത്തിൽ താമസിച്ചിരുന്ന അവരുടെ ദൈന്യം ഇതുവരെ അറിയാൻ ശ്രമിച്ചില്ലല്ലോ എന്ന് മരിയുസ്സ് പരിതപിച്ചു. പാവങ്ങൾ എങ്ങിനെയാണാവോ കഴിഞ്ഞുകൂടുന്നതെന്ന് അവൻ സങ്കൽപ്പിച്ചു നോക്കി.

അയാളുടെ മുറിയുടെ തട്ടോടു ചേർന്നുള്ള ഭാഗത്ത് ത്രികോണാകൃതിയിൽ ഒരു പഴുതുണ്ട്. പെട്ടെന്ന് ചുമരോട് ചേർന്നുള്ള പെട്ടിയിൽ ചാടിക്കയറി. അവിടെ നിന്നാൽ അപ്പുറത്ത് ഴൊൻദ്രെത്ത് കുടുംബം താമസിക്കുന്ന മുറികാണാം.

ദരിദ്രനാണെങ്കിലും മരിയൂസിന്റെ മുറി വളരെ വൃത്തിയുള്ളതായിരുന്നു. അയാൾ നോക്കിക്കാണുന്നത് ഗുഹപോലെ മോശം, വൃത്തിയില്ല, നാറുന്നത്... ഒരു പൊളിഞ്ഞ കസേലയും മേശയുമുണ്ട്. കുറച്ച് മൺപാത്രങ്ങളും ഒരു മൂലയ്ക്ക് കൂട്ടി വച്ചിരിക്കുന്നു. നിലം കറുത്ത വടുക്കൾ നിറഞ്ഞതാണ്. അറക്കുന്ന വിധം പഴയകുപ്പായങ്ങൾ തൂക്കി വച്ചിട്ടുണ്ട്.

അറുപതു വയസ്സുള്ള മെലിഞ്ഞ കരുവാളിച്ച ഒരു മനുഷ്യൻ ഇരിക്കുന്നു. അയാൾ എന്തോ എഴുതിക്കൊണ്ടിരിക്കുകയാണ്. എഴുതിക്കഴിയുമ്പോൾ അയാൾ വായിക്കും.

“മരിച്ചു കഴിഞ്ഞിട്ടും സമത്വം ഇല്ലാത്തതല്ലേ കഷ്ടം. പെർലഷെസ്സിലേക്കു നോക്കൂ. പ്രമാണികളും പണമുള്ളവരും മുകളിലാണ്.

അവിടെ കാവൽക്കാരിയുണ്ട്. അവർക്കു വണ്ടിയിൽ അങ്ങോട്ടേക്കു പോകാം. സാധുക്കൾ, പാവങ്ങൾ, ഈറൻതറയിൽ താഴെയാണ്."

കീറിപ്പറിഞ്ഞ ഒരു കുപ്പായമിട്ട സ്ത്രീയുണ്ട് മൂലയിൽ. കിടക്കയിൽ ഒരു പെൺകുട്ടി. മരിയുസ്സിന്റെ മുറിയിൽ വന്നവളുടെ അനുജത്തി.

ഒരു ശവക്കല്ലറയുടെ ഉള്ളിനേക്കാൾ ഭയങ്കരമാണാമുറിയെന്ന് അവനു തോന്നി. അവിടെ ആത്മാവ് കിടന്നു പിടയുകയാണ്.

പെട്ടെന്ന് വാതിൽ തള്ളിത്തുറന്ന് മരിയുസ്സിന്റെ മുറിയിൽ നേരത്തെ വന്ന പെൺകുട്ടി പ്രത്യക്ഷപ്പെട്ടു. അവൾ കിതച്ചുകൊണ്ട് പറഞ്ഞു.

"അയാൾ വരുന്നുണ്ട്."

"ആ കോടീശ്വരനോ?...."

"അതെ."

"നിനക്ക് തീർച്ചയുണ്ടോ?"

"ഞാൻ പള്ളിയിൽ ചെന്നപ്പോൾ അയാൾ പതിവുസ്ഥലത്തുണ്ട്. കത്തു കൊടുത്തു. വായിച്ച് ഇങ്ങോട്ടു വരാമെന്നു പറഞ്ഞു. കുർബാന കഴിഞ്ഞ് അയാളും മകളും വണ്ടിയിൽ കയറി."

അവർ തമ്മിൽ വർത്തമാനം പറഞ്ഞിരിക്കമ്പോൾ വാതിൽക്കൽ മെല്ലെ മുട്ടുന്നതു കേട്ടു. വാതിൽ തുറന്നുകൊടുത്തു. പ്രായമുള്ള അച്ഛനും മകളും അകത്തു കടന്നു.

മരിയുസ്സ് അത്ഭുതപ്പെട്ടു. അയാൾ കാണാൻ കൊതിച്ച അച്ഛനും മകളും തന്നെ. മരിയുസ്സിനു വിറയൽ വന്നു. വീണു പോകുമോ എന്ന് സംശയിച്ചു.

പെൺകുട്ടി കയ്യിലുള്ള വലിയ കെട്ട് മേശപ്പുറത്ത് വച്ചു. പ്രായമുള്ള ആൾ ഴൊൻദ്രെത്തിനോടു പറഞ്ഞു.

"ഇതിൽ കുറച്ച് പുതിയ ഉടുപ്പുകളാണ്."

"ഹോ നിങ്ങൾ വലിയ ഉപകാരികളാണ്. എന്റെ പാവങ്ങളായ കുട്ടികൾ വലിയ കഷ്ടത്തിലായിരുന്നു. ഇന്നു രാത്രി വാടകകൊടുത്തില്ലെങ്കിൽ ഇവിടുന്ന് ഇറക്കി വിടും. ഞങ്ങൾക്കു പിന്നെ..........."

ഴൊൻദ്രെത്തിന്റെ കരച്ചിലോടെയുള്ള സംസാരം വൃദ്ധന്റെ മനസ്സലിയിച്ചു.

"സാരമില്ല. ഞാൻ മകളെ വീട്ടിൽ കൊണ്ടുപോയാക്കി തിരിച്ചു വരാം. നിങ്ങൾക്കാവശ്യമുള്ളത്ര പണം എത്തിക്കാം."

ഴൊൻദ്രെത്തിനു സന്തോഷമായി. വൃദ്ധനും മകളും പുറത്തിറങ്ങി. ഒപ്പം ഴൊൻദ്രെത്തും.

ഇതുകണ്ട മരിയുസിന് അവരെ പിൻതുടരണമെന്ന വിചാരമുണ്ടായി.

അയാൾ അവർക്ക് അൽപം ദൂരെയായി നടന്നു. പക്ഷെ വൃദ്ധനും മകളും വണ്ടിയിൽ കയറിപ്പോയി.

മരിയുസ്സിന്റെ മുറിയിൽ ഴൊൻഡ്രെത്തിന്റെ മൂത്ത മകൾ വന്നു. അയാൾക്ക് ഇഷ്ടമായില്ല എന്ന് അവൾ മനസ്സിലാക്കി.

മൊസ്യുമരിയുസ്സ് നിങ്ങളെന്താണ് വല്ലാതെ സുഖമി ല്ലാത്തപോലെ.

"എനിക്കൊന്നുമില്ല."

"ഉണ്ട് എന്തോ ഉണ്ട്."

"എന്നെ ഉപദ്രവിക്കാതെ പോകൂ."

"മൊസ്യുമരിയുസ്സ്..... നിങ്ങൾ എന്നെ സഹായിച്ചിട്ടുണ്ട്. നിങ്ങൾക്കു മനസ്സിൽ സുഖമില്ലാതിരിക്കുന്നത് എനിക്കു കാണാൻ വയ്യ. ഞാനെന്തു സഹായമാണ് ചെയ്യേണ്ടത്?......"

"എന്തു സഹായവും ചെയ്യുമോ?"

"ഉം"

"ങ്ഹാ.......നിന്റെ മുറിയിൽ ഒരു വൃദ്ധയും മകളും വന്നിരുന്നില്ലേ?.."

"ങ്..ഹാ......"

"അവരുടെ മേൽവിലാസം നിനക്കറിയുമോ?"

"ഇല്ല എങ്കിലും കണ്ടുപിടിക്കാൻ കഴിയും."

"അവരിനിയും വരുമോ?"

"വൃദ്ധൻ ഒരുപക്ഷെ ഇപ്പോൾ വന്നിട്ടുണ്ടാവും.'

"ങ്ഹാ..നീ അവരുടെ മേൽവിലാസം കൊണ്ടുവാ......."

"എന്തിനാ."

"വെറുതെ പോയിട്ട് വേഗം വാ.........."

മരിയുസ്സ് പെട്ടിമേൽ ചാടിക്കയറി. പഴുതിലൂടെ നോക്കി.

ഴൊൻഡ്രെത്ത് ഭാര്യയോട് ഉത്സാഹത്തോടെയാണ് പറയുന്നത്.

"എനിക്കിയാളെ മനസ്സിലായി. അതേ രൂപം. ആ പെണ്ണ് അതും ശരി തന്നെ. ഇനി നമ്മൾ രക്ഷപ്പെട്ടു."

അയാൾ ഭാര്യയുടെ ചെവിട്ടിൽ എന്തൊക്കെയോ പറഞ്ഞു. അതൊന്നും മരിയുസ്സിനു കേൾക്കാൻ കഴിഞ്ഞില്ല.

ഴൊൻഡ്രെത്തിന്റെ ആംഗ്യങ്ങളിൽ നിന്ന് അയാൾ എന്തോ ചതി പ്രയോഗത്തിന് ഒരുങ്ങുകയാണെന്ന് മരിയുസ്സിനു തോന്നി. അവിടെ വരുന്നത് താൻ ഇഷ്ടപ്പെടുന്ന ആളാണ്. പേരറിയില്ലെങ്കിലും ലെബ്ലാങ് എന്ന പേരാണ് മരിയുസ്സ് അയാൾക്കായി നൽകിയത്. മൊസ്യുലെബ്ലാങിനെ സഹായിക്കണമെന്ന് മരിയുസ്സ് ഉറച്ചു. പെൺകുട്ടി പറഞ്ഞത് ലെബ്ലാങ്

അവിടെയെത്തിയിട്ടുണ്ടാവുമെന്നാണ്. ഏതായാലും മുറി കടക്കുന്ന തിനുമുമ്പേ എന്തെങ്കിലും ചെയ്യണം.

മരിയുസ്സ് വേഗം മുറിവിട്ട് നടക്കാനിറങ്ങുന്നതു പോലെയേ ആർക്കും തോന്നൂ. മനസ്സിൽ ഉൽക്കണ്ഠ ഉണ്ടായിരുന്നു.

മതിലിനടുത്തു നിന്ന് ആരോ സംസാരിക്കുന്ന ഒച്ച കേട്ടു. ആളെ കാണുന്നില്ല. മരിയുസ്സ് ഏന്തി നോക്കി. പരിചയമില്ലാത്ത രണ്ടുപേർ കറുത്ത കുപ്പായമിട്ട ഒരു താടിക്കാരനും നീണ്ടതല മുടിക്കാരനും. അവർ ഒളിച്ചിരുന്നതിനും ഴൊൻഡ്രെത്തിന്റെ വർത്തമാനത്തിനും ഒരേ ലക്ഷ്യ മാവുമെന്ന് മരിയുസ്സ് ശങ്കിച്ചു.

മരിയുസ്സ് അടുത്തു തന്നെയുള്ള പോലിസ്സ്റ്റേഷനിലെത്തി. അവിടെ വിവരം പറഞ്ഞു. ചതിയുടെ സ്വഭാവവും അതിലുണ്ടാകാവുന്ന പങ്കാളി കളും പോലീസ് ഇൻസ്പെക്ടറുടെ മനസ്സിൽ തെളിഞ്ഞു.

“ഇതാ കൈത്തോക്ക് ഇത് ആവശ്യത്തിന് ഉപയോഗിച്ചാൽ മതി. എപ്പോൾ വേണമെന്ന് തോന്നിയാലും ഇങ്ങോട്ടു വരാം അല്ലെങ്കിൽ ആളെ അയച്ച് അന്വേഷിച്ചാൽ മതി. ഇൻസ്പെക്ടർ ഴാവേർ എവിടെ എന്ന് തിരക്കുമ്പോൾ ഞാനെത്തിയിരിക്കും.”

മരിയുസ്സിന് സമാധാനമില്ല. ആ വൃദ്ധൻ വന്നിരിക്കുമോ....... മുറിയിൽ കടന്ന് പഴുതിലൂടെ നോക്കിയാൽ മുറിക്കകത്തെ സ്ഥിതിയൊക്കെ കാണാം. മരിയുസ്സ് ഒച്ചയുണ്ടാക്കാതെ പടികൾ കയറി. നാലു തലകൾ ഴൊൻഡ്രെത്തിന്റെ മുറിയിൽ ഉണ്ടായിരുന്നോ എന്ന് സംശയം. ഉണ്ടെ ങ്കിലും കാണാതിരിക്കാൻ കരുതലോടെ നടന്നു.

ആസമയത്ത് അടുത്ത മുറിയിൽ നിന്നും ഴൊൻഡ്രെത്ത് മൂത്തമകളോട് പറഞ്ഞു.

“നീ ചെന്ന് ആ മരിയുസ്സ് ഉണ്ടോ എന്നു നോക്കി വാ......”

പെൺകുട്ടി അകത്തേക്ക് വന്നപ്പോഴേക്കും മരിയുസ്സ് കട്ടിലിനടി യിലേക്ക് നുഴഞ്ഞുകയറി. പെൺകുട്ടി അവിടമൊക്കെ നോക്കിയിട്ടും ആരെയും കണ്ടില്ല. അങ്ങേമുറിയിൽ നിന്നും പെൺകുട്ടിയെ വിളിച്ചു. അവൾ പെട്ടെന്ന് സ്വന്തം മുറിയിലേക്ക് ചെന്നു.

അകത്ത് ചുവന്ന ബൾബിന്റെ വെളിച്ചമാണ്. മരിയുസ് അവിടുത്തെ ശബ്ദങ്ങളും നിഴലുകളുമാണ് ശ്രദ്ധിക്കുന്നത്.

മരിയുസ്സ് പെട്ടിമേൽ കയറിനിന്നു. പഴുതിലൂടെ നോക്കി. അകത്ത് ഒരു മൂലയിൽ കുറെകയർ കൂട്ടിവച്ചിരിക്കുന്നത് നേരത്തെ ഇല്ലാത്തതാണ്. ഇരുമ്പുകൊണ്ടുള്ള വടിയും മറ്റും ചുമരിൽ ചാരിവച്ചിട്ടുമുണ്ട്.

ഴൊൻഡ്രെത്ത് ഒരു പിശാചിനെപോലെ അവിടെയിരു ന്നിട്ടുണ്ട്.

പെട്ടെന്ന് വാതിൽതുറന്ന് ലെബ്ലാങ് വന്നു. ഴൊൻദ്രെത്ത് അയാളെ ഉപചാരപൂർവ്വം സ്വീകരിച്ചിരുത്തി. മരിയുസ്സ് കൈത്തോക്ക് വേണ്ട പോലെ പിടിച്ചിരുന്നു.

ലെബ്ലാങ് കൊണ്ടു വന്ന പണം മേശമേൽ വെച്ചു പറഞ്ഞു.

അത്യാവശ്യം കടം വീട്ടാനും ചെലവിനുമുള്ള പണം ഇതാ. ബാക്കി നമുക്ക് വഴിയെ കണ്ടെത്താം.

അപ്പോഴേക്കും മുറിയടെ മൂലയിൽ ഒളിച്ചിരുന്ന ഒരു വിരൂപനായ ആൾ മുന്നോട്ടു വന്നു. അതാരെന്ന് ലെബ്ലാങ് ചോദിച്ചു.

അത് ഒരയൽക്കാരൻ. സാരമില്ല.

വേറൊരാൾ വാതിൽതുറന്നു വന്നു. അയാളുടെ മുഖം എന്തോ കൊണ്ട് മറച്ചതുപോലെയുണ്ട്.വേറെയും രണ്ടുപേർ എത്തി. ഇങ്ങനെ യൊരു പ്രത്യേക വരവ് ലെബ്ലാങിൽ സംശയം ജനിപ്പിച്ചു.

ഴൊൻദ്രെത്ത് കഷ്ടപ്പാടുകൾ മുഴുവൻ വിവരിക്കാൻ തുടങ്ങി. കുറെ പറഞ്ഞു കഴിഞ്ഞപ്പോൾ ഴൊൻദ്രെത്ത് എഴുന്നേറ്റ് ലെബ്ലാങിന്റെ തൊട്ട രികിൽ ചെന്നു നിന്നു ചോദിച്ചു.

എന്നെ അറിയുമോ?

പെട്ടെന്ന് ഒരു മറവിൽ നിന്നും മൂന്നുപേർ മുന്നോട്ടു വന്നു. ഒരാളുടെ കയ്യിൽ തടിച്ച വടിയുണ്ട്.

മറ്റൊരാളുടെ കൈയിൽ മൂർച്ചയുള്ള മഴുവാണുള്ളത്. മൂന്നാമത്തെ ആൾ വലിയൊരു താക്കോൽ പിടിച്ചിരിക്കുന്നു.

ഒരു കെണിയിൽ പെട്ടിരിക്കുകയാണെന്ന് ലെബ്ലാങിനു തോന്നി. മുറി യിലുള്ള ആളുകളെയും സാധനങ്ങളെയും അയാൾ നിരീക്ഷിച്ചു കൊ ണ്ടിരുന്നു.

ലെബ്ലാങ് ഭയപ്പെട്ടില്ല. കസേരയുടെ പിടിയിൽ മുറുകെ പിടിച്ചു. വൃദ്ധ ന്റെ മാതിരിയൊക്കെ പോയി. ഭയങ്കരവും വിസ്മയവുമായൊരു ഭാവ ത്തിൽ നിന്നു.

മരിയുസ്സ് ഏതു സമയവും പ്രവർത്തിക്കുവാൻ തയ്യാറായി കൈ ത്തോക്ക് ഉയർത്തിപിടിച്ചു.

ഴൊൻദ്രെത്ത് വീണ്ടും ചോദിച്ചു.

"നിങ്ങൾക്കെന്നെ മലസ്സിലാകുന്നില്ലേ?..."

ലെബ്ലാങ് അയാളെ സൂക്ഷിച്ചു നോക്കി.

"ഇല്ല."

കടിക്കാൻ വരുന്ന കാട്ടുജന്തുവിനെപോലെ മുരണ്ട് കൊണ്ട് അയാൾ പറഞ്ഞു. "എന്റെ പേര് ഴൊൻദ്രെത്ത് എന്നല്ല. തെനാർദിയർ. ഓർമ്മ

യില്ലേ ഹോട്ടൽക്കാരൻ.”

ആ പേർ കേട്ടതോടെ മരിയുസ്സ് തളർന്നുപോയി. മരിയുസ്സിന്റെ മനസ്സിൽ അച്ഛൻ എഴുതിവെച്ച ഒരു വാക്യമാണ് തെളിഞ്ഞു വന്നത്.

“തെനാർദിയർ എന്നെ രക്ഷിച്ചു. എന്റെ മകൻ അയാളെ കണ്ടെത്തുന്ന പക്ഷം കഴിയാവുന്ന സഹായം ചെയ്തുകൊടുക്കണം.”

അച്ഛന്റെ ആജ്ഞ പാലിക്കണമെന്നുണ്ട്. കാണുന്ന കാഴ്ചയാകട്ടെ.......

ലെബ്ലോങിനു അയാളെ തിരിച്ചറിയാൻ കഴിഞ്ഞിരുന്നില്ല.

എട്ടുകൊല്ലം മുമ്പ് 1823 ക്രിസ്മസ്ദിവസം വൈകുന്നേരം മോങ്ഫെർമിയെയിൽ എന്റെ ഹോട്ടലിൽ വന്നത് നിങ്ങളായിരുന്നില്ലേ. ആ ഫൻതീന്റെ മകളെ എന്റെ കയ്യിൽ നിന്നു വാങ്ങികൊണ്ടുപോയത് നിങ്ങളായിരുന്നില്ലേ. നിങ്ങൾക്കെന്നെ കണ്ടിട്ട് അറിയുന്നില്ല. എനിക്കു മനസ്സിലായി. നിങ്ങൾ എന്നെ കളിപ്പിക്കുകയായിരുന്നു. ആ പെൺകുട്ടിയെ കൊണ്ടുപോയി നിങ്ങളെന്റെ വരുമാനം മുട്ടിച്ചു.

തെനാർദിയർ ദേഷ്യം തീരുന്നതുവരെ എന്തൊക്കെയോ പറഞ്ഞുകൊണ്ടിരുന്നു.

“ഇന്നു ഞാൻ നിങ്ങളുടെ ഹൃദയമെടുക്കും.”

തെനാർദിയർ പറഞ്ഞുതീർന്നപ്പോൾ ലെബ്ലാങ് പറഞ്ഞു.

“നിങ്ങൾ എന്നെ തെറ്റിദ്ധരിച്ചിരിക്കുകയാണ്. ഞാനൊരു കോടീശ്വരനൊന്നുമല്ല. പാവമാണ്. എനിക്കു നിങ്ങളെ അറിയില്ല.”

തെനാർദിയർ ലെബ്ലാങ്ങ് പറഞ്ഞതൊന്നും സമ്മതിച്ചില്ല. പിന്നെയും അയാളെ പ്രാകി കൊണ്ടുതന്നെയിരുന്നു. ഒടുവിൽ ലെബ്ലാങ് അൽപം കടുപ്പിച്ചു പറഞ്ഞു.

“നിങ്ങൾ ഒരു ദുഷ്ടനാണെന്ന് എനിക്ക് മനസ്സിലായി.”

ദുഷ്ടൻ എന്നവാക്കുകേട്ട് തെനാർദിയർ കൂടുതൽ ക്ഷുഭിതനായി.

ലെബ്ലാങിനെ കുടുക്കാൻ വേണ്ടി അവർ നാലുഭാഗത്തുനിന്നും കൂടിപിടിച്ചു. അയാൾ അവരെ തള്ളിത്തെറിപ്പിച്ചു. രണ്ടുപേരെ കൈക്കുള്ളിലാക്കി ഞെരിച്ചു. ഒരോട്ടം കൊണ്ട് രക്ഷപ്പെടാമെന്നു വിചാരിച്ചതു വെറുതെ. പകുതിക്കുവച്ച് എല്ലാവരും കൂടി ലെബ്ലാങിനെ മറിച്ചിട്ടു അയാൾ വീണ തക്കം നോക്കി കയർ കൊണ്ടു കുടുക്കി. വരിഞ്ഞുകെട്ടി.

തെനാർദിയർക്കു സമാധാനമായി. ഇനി ലെബ്ലാങ് രക്ഷപ്പെടുകയില്ല. കെട്ടുവീണതോടെ അയാൾ അടങ്ങിക്കിടന്നു.

‘‘ഏയ്, നിങ്ങളുടെ മകൾക്ക് ഒരു എഴുത്തെഴുതണം. ഞാൻ

പറഞ്ഞുതരാം.''

ലെബ്ലാങ് എഴുതി.

"പ്രിയപ്പെട്ട എന്റെ മകളെ.....ഉടനെ വരിക. എനിക്ക് നിന്നെകൊണ്ട് അത്യാവശ്യമുണ്ട് ഈ കുറിപ്പ് നിന്റെ കയ്യിൽ തരുന്ന ആളെയാണ്, നിന്നെ കൂട്ടികൊണ്ടുവരാൻ ഏല്പിച്ചത്. ഞാൻ നിന്നെ കാത്തിരിക്കുന്നു.''

തെനാർദിയർ കത്ത് ഭാര്യയുടെ കയ്യിൽ കൊടുത്തു. ലെബ്ലാങ് എഴുതികൊടുത്ത വിലാസം നോക്കി. കൂടെ ഒരാളെയും കൂട്ടി മദാം തെനാർദിയർ വണ്ടിയിൽ കയറി.

അവർ പോയികഴിഞ്ഞതോടെ ലെബ്ലാങ് അവശനായി കിടന്നു. തെനാർദിയർ പറഞ്ഞു.

"ഉപദ്രവം തട്ടിച്ചേ കഴിയൂ എന്ന് ഞങ്ങൾ വിചാരിക്കുന്നില്ല. അത് നിങ്ങളുടെ തീരുമാനം പോലെയാവും. വാനമ്പാടി പക്ഷിയെ അവർ കൂട്ടികൊണ്ടുവരും. പിന്നെ നിങ്ങളെ വിടും. ഞാൻ പറയുന്ന പണം എടുത്ത് കൊണ്ട് വന്ന് തന്നാൽ വാനമ്പാടിയെ നിങ്ങളുടെ കൂടെകൊണ്ടു പോകാം എന്താ സമ്മതിച്ചോ?......''

ലെബ്ലാങ് മറുപടിയൊന്നും പറഞ്ഞില്ല. തെനാർദിയർ അയാൾക്കും കുട്ടിക്കും ഒരു ഉപദ്രവും ഇല്ലാതെ പോകാമെന്നും അതിന് അനുസരിച്ച് നിൽക്കണമെന്നും പല വിധത്തിൽ പറഞ്ഞു കൊണ്ടിരുന്നു.

അരമണിക്കൂറിനകം മദാംതെനാർദിയർ തിരിച്ചു വന്നു. അവർ കലിതുള്ളിക്കൊണ്ടാണ് അകത്തു കയറിയത്.

"കള്ളം.....കള്ളമേൽ വിലാസം. അങ്ങിനെയൊരു വീടുണ്ടെന്നല്ലാതെ അവിടെ ആരുമില്ല.''

ഇതുകേട്ട മരിയുസ് സമാധാനപ്പെട്ടു നിന്നു.

തെനാർദിയർ ദേഷ്യം കടിച്ചു പിടിച്ചു കൊണ്ട് ചോദിച്ചു.

"കള്ളമേൽവിലാസം കൊണ്ട് നിങ്ങളെന്താ സമ്പാദിക്കാമെന്നു വിചാരിച്ചത്?......''

ലെബ്ലാങ് പരിഭ്രമമില്ലാതെ പറഞ്ഞു.

"സമയം സമ്പാദിക്കാം.''

ലെബ്ലാങ് ഒരു ഞെരുക്കം. കെട്ടുകളൊക്കെ പൊട്ടിപ്പോയി. കാലിലെ ഒരു കെട്ടു മാത്രം ബാക്കി.

"കൊന്നുകളയാം.''

തെനർദിയർ പറഞ്ഞു.

മരിയുസിന്റെ മേശമേൽ പോലീസ് എന്ന് എഴുതിയ ഒരു കടലാസ്

കണ്ടു. ആ കടലാസിൽ ഒരു കല്ലു കഷണം വെച്ച് പഴുതിലൂടെ എറിഞ്ഞു. തെനാർദിയറുടെ മുന്നിലാണ് വീണത്. അയാൾ അതെടുത്തു വായിച്ചു.

"പോലീസ്.......പോലീസ്..........വേഗം രക്ഷപ്പെട്ടോ...."

മുറിയിൽനിന്നും പുറത്തു കടന്ന അവർ ഇടനാഴിയിലൂടെ ഓടുമ്പോൾ മുന്നിൽ ഇൻസ്പെക്ടർ ഴാവേർ.

ഴാവേറിന്റെ കൽപന പ്രകാരം പോലീസുകാർ എല്ലാവർക്കും കയ്യാമങ്ങൾ വച്ചു.

തെനാർദിയറും കൂട്ടരും പിടിച്ചുവെച്ച ആളെ മുന്നിൽ കൊണ്ടുവരാൻ ഴാവേർ പോലീസിനോട് ആവശ്യപ്പെട്ടു. അപ്പോഴേക്കും ലെബ്ലാങ് രക്ഷപ്പെട്ടു കഴിഞ്ഞിരുന്നു.

പോലീസുകാർ നാലുപാടും തിരക്കി.

ഴാവേർ വിവരണങ്ങളൊക്കെ എഴുതിയിട്ടു പറഞ്ഞു.

ഇവരൊക്കെ വെറുതെ. ആ രക്ഷപ്പെട്ട ആളായിരിക്കണം കൂടുതൽ വിലപിടിച്ചത്.

ഴാവേർ എന്തോ ഓർമ്മിച്ചെടുക്കുകയായിരുന്നു.

സാങ്ദെനി

മഹാത്മാക്കളുടെ പ്രവൃത്തിയും കൗശലക്കാരുടെ പ്രവൃത്തിയും വേറെവേറെയാണ്. ഭരണപരിവർത്തനത്തിനും ചതിപ്പറ്റിപ്പോയി. ഭരണ പരമായ കാരണങ്ങളാൽ കർഫെരാക്, റ്യൂദ്‌ലാ വെറെറി എന്ന സ്ഥലത്താക്കി താമസം. മരിയുസ് അയാളുടെ കൂടെ കൂടി. തെനാർദിയക്കെതിരെ സാക്ഷി പറയേണ്ടിവരുന്ന വിഷമമോർത്താണ് മരിയുസ്സ് പ്രധാനമായും അവിടുന്ന് മാറിയത്.

മരിയുസ്സ് സാധാരണയായി ഒരാളെയും ചെന്നു കാണാറില്ല. ചില പ്പോൾ ഫാദർ മബേയെ കണ്ടുമുട്ടാറുണ്ട്. മബേയുടെ തോട്ടം നനക്കാൻ ഒരു പെൺകുട്ടി വന്നു. അവൾ മരിയൂസിനെ കാണാൻ കാത്തിരിക്കയായിരുന്നു. തെനാർദിയറുടെ മൂത്ത മകൾ എപ്പോണൈനായിരുന്നു അവൾ.

“ഒടുക്കം ഞാൻ നിങ്ങളെ കണ്ടെത്തി.”

മരിയൂസിനെ കണ്ട് അവൾ സന്തോഷിച്ചു. എന്നാൽ ആ കൂടിക്കാഴ്ച മരിയൂസിന് ഇഷ്ടമായില്ല.

“മിസ്റ്റർ മരിയുസ്സ് ഞാൻ ചോദിക്കുന്നതെന്തും തരാമെന്ന് നിങ്ങൾ എനിക്കു വാക്കു തന്നിട്ടുള്ളത് മറന്നോ............”

“ഇല്ല. മേൽവിലാസം തന്നാൽ.........”

“എനിക്കു മേൽവിലാസം കിട്ടി....”

“എന്നെ അങ്ങോട്ട് കൊണ്ടു പോകാമോ?......”

“എന്റെ കൂടെ വന്നോളൂ. വീടു ഞാൻ കാണിച്ചു തരാം.” മരിയൂസ് സന്തോഷത്തോടെ എപ്പോണൈനിന്റെ കൂടെ നടന്നു.

അധികം വലുതല്ലാത്ത വീടാണത്. ഴാങ് വാൽഴാങും കൊസെത്തും തൂസ്സാങ് എന്ന വൃദ്ധയായഭൃത്യയുമാണ് അവിടെ താമസം.

പെത്തിപിക്പ്യൂവിലെ കന്യകാമഠത്തിലെ താമസം ഴാങ് വാൽ ഴാങിനു സുഖകരമായിരുന്നു. കാലം കഴിയുമ്പോൾ കൊസെത്ത് കന്യാസ്ത്രീയായാൽ തന്നെ വിട്ടു പോകുമല്ലോ എന്നോർത്താണ് ഴാങ് പുതിയ താമസസ്ഥലത്ത് എത്തിയത്. എപ്പോഴും ഒരേ സ്ഥലത്തു

താമസിക്കുന്നത് അപകടം ഉണ്ടാക്കുമെന്നു കരുതി പാരീസിലും ഒന്ന് വാടകക്കൊടുത്തിരുന്നു. ആളെ തിരിച്ചറിയാതിരിക്കാൻ അയാൾ പുതിയ പേര് സ്വീകരിച്ചു. ഉൽത്തെംഫൂഷൽ വാങ്.

അലങ്കരിച്ച ഒരു മുറിയിലാണ് കൊസെത്ത്. ഴാങിന് ഒരു മടക്കുകട്ടിലും മരമേശയും മാത്രമേ വേണ്ടിയിരുന്നുള്ളൂ. വളരെ ശ്രദ്ധിച്ചു മാത്രമേ ഴാങ് വാൽഴാങ് പുറത്തിറങ്ങാറുള്ളൂ. പടിയെപ്പോഴും അടച്ചിടുകയാണ് ചെയ്യുക.

കൊസെത്ത് ഴാങിന്റെ ഒപ്പം തന്നെയാണ് വീട്ടിൽ നടക്കുക അയാൾ ഇരിക്കുന്ന മുറിയിൽ വന്നാൽ കൊസെത്ത് പറയും:.

"അച്ഛാ ഇവിടം വല്ലാതെ തണുക്കുന്നു. ഒരു പരവതാനിയും അടുപ്പും ഉണ്ടായാൽ നല്ലതാ......"

"മോളേ നമ്മളേക്കാൾ നല്ലവരായ എത്രയോ പേർ തലയ്ക്കുമീതെ ഒരു തണലുമില്ലാതെ കഴിയുന്നുണ്ട്."

പാവങ്ങളുടെ പ്രയാസങ്ങൾ ഓർമ്മിച്ചുകൊണ്ടിരുന്ന ഴാങ്, അവരെ പ്പോലെ എളിമയോടെ ജീവിക്കാനും ശ്രമിച്ചു.

അയാളുടെ വെളുത്തമുടിയിൽ തലവെച്ചു കൊണ്ട് കൊസെത്ത് പറയും.

"ഇത് എന്റെ അമ്മയുമായിരിക്കും."

അമ്മയെപ്പറ്റി കൊസെത്ത് ചോദിച്ചപ്പോഴൊക്കെ ഴാങ് മിണ്ടാതെ യിരുന്നു. ആ രണ്ടു പേർക്കിടയിൽ മറ്റൊരാളുടെ ഓർമ്മകൾ കടന്നു വരേണ്ട എന്ന് അയാൾ വിചാരിച്ചു.

കൊസെത്ത് വളർന്നു വരികയായിരുന്നു. അവൾ ഒരു സുന്ദരിയായി എന്ന് തൂസ്സാങ് പറയുന്നത് ഒരിക്കൽ കേട്ടു. അയാൾ എന്തു മറുപടി പറഞ്ഞെന്നറിയില്ല.

ലുക്സംബുർ തോട്ടത്തിൽ നടക്കാൻ പോകുമ്പോൾ അവൾ മരിയു സ്സിനെ കണ്ടു. മരിയുസ്സും കൊസെത്തിനെ തിരിച്ചറിഞ്ഞു. പല ദിവസ ങ്ങൾ കണ്ടപ്പോൾ പരിചയമായി പുഞ്ചിരിക്കുകയും ചെയ്തു.

ഴാങ് ഇതു ശ്രദ്ധിച്ചു. ചില ദിവസങ്ങളിൽ മരിയൂസ് അവിരെ പിന്തു ടർന്നു. തോട്ടത്തിലെ പടിക്കാവൽക്കാരനോട് ഴാങിനെ കുറിച്ചു ചോദിച്ചു. അയാൾ ഈ വിവരം ഴാങ് വാൽ ഴാങിനെ അറിയിച്ചു.

ഇനി ലുക്സംബുറിലേക്കു പോകേണ്ട എന്നായിരുന്നു അയാളുടെ തീരുമാനം. കൊസെത്ത് എതിർപ്പൊന്നും പറഞ്ഞില്ല. ദിവസം കഴിയു ന്തോറും കൊസെത്തിന് മനോവിഷമം കൂടി വന്നു. ഴാങ് വാൽഴാങ്

ഇതു മനസ്സിലാക്കി. മൂന്നുമാസം കഴിഞ്ഞു. ഒരു ദിവസം അയാൾ കൊസെത്തിനോട് ചോദിച്ചു.

"ലുക്സംബുറിലേക്കു വരുന്നോ?.."

"ഉം."

കൊസെത്ത് സന്തോഷത്തോടെയാണ് പോയത്. മരിയുസിനെ അവിടെ കണ്ടില്ല. അടുത്ത ദിവസം ലുക്സംബുറിലേക്ക് പോകാൻ താൽപര്യം കാണിച്ചില്ല. മരിയൂസിനെ കാണാതായതിനാൽ കൊസെത്ത് സങ്കടപ്പെട്ടു.

"മോളെ എന്താണ് നിനക്ക് സുഖക്കേട്."

അയാൾ അസ്വസ്ഥതയോടെ ചോദിച്ചു.

"എനിക്കൊന്നുമില്ലല്ലോ."

കൊസെത്ത് പുഞ്ചിരിക്കാൻ ശ്രമിച്ചു.

പ്രകൃതി, വസന്തം, യൗവനം, അച്ഛനോടുള്ള സ്നേഹം, പക്ഷികളുടെയും പുഷ്പങ്ങളുടെയും ആഹ്ളാദം....., എന്നിവ മനസ്സിലേക്ക് ഒഴുകിയെത്തി. അവളുടെ സങ്കടം ക്രമേണ കുറഞ്ഞു വന്നു.

ഒരു കുന്തപ്പടയാളിത്തലവനെപ്പോലെയുള്ള ചെറുപ്പക്കാരൻ പടിക്കലിലൂടെ കടന്നുപോകുന്നതു കൊസെത്ത് കണ്ടു. ആ ചെറുപ്പക്കാരൻ മരിയുസിന്റെ സൗമ്യഭാവത്തിന് നേർ വിപരീതമായിരുന്നു.

ചെറുപ്പക്കാരന്റെ യാത്ര പതിവായി. എങ്കിലും കൊസെത്ത് അത് കാര്യമായി എടുത്തില്ല. കുറച്ചുദിവസങ്ങൾ കഴിഞ്ഞപ്പോൾ ഴാങിന് ഒരു യാത്ര പോകേണ്ടതുണ്ടയിരുന്നു. മൂന്നാലു ദിവസം കഴിഞ്ഞേ വരൂ.

കൊസെത്ത് തോട്ടത്തിൽ നടക്കുമ്പോൾ ആരുടെയോ കാൽപ്പെരുമാറ്റം കേട്ടു. സന്ധ്യകഴിഞ്ഞസമയമായതുകൊണ്ട് അൽപം പരിഭ്രമം തോന്നി. ധൈര്യം സംഭവിച്ചുകൊണ്ട് തിരഞ്ഞെങ്കിലും ആരെയും കണ്ടില്ല. രണ്ടാം ദിവസവും ഇതേ അനുഭവമുണ്ടായി. അന്ന് ഒരു പുരുഷന്റെ നിഴൽ കണ്ടു. പക്ഷെ അത് പെട്ടെന്ന് അപ്രത്യക്ഷമായി.

ഴാങ് വാൽ ഴാങ് മടങ്ങിയെത്തിയപ്പോൾ കൊസെത്ത് വിവരം പറഞ്ഞു. അതുവെറും നിഴലായിരിക്കുമെന്ന് പറഞ്ഞ് അവളെ സമാധാനിപ്പിച്ചു.

രാത്രി തോട്ടത്തിൽ കാവലിരുന്ന് ഴാങ് പരിശോധന നടത്തി. ആരും അവിടെ വരാറില്ലെന്ന് ഉറപ്പായപ്പോഴേ കാവൽ നിർത്തിയുള്ളൂ.

ഒരു ദിവസം കൊസെത്ത് തോട്ടത്തിൽ ഉലാത്തുമ്പോൾ സിമന്റ് ബെഞ്ചിൽ ഒരു കത്തു കണ്ടു. അത് മരിയുസ്സിന്റേതായിരുന്നു. പിന്നീട്

തോട്ടത്തിൽ വച്ച് രണ്ടുപേരും പരിചയപ്പെട്ടു. രണ്ടുപേർക്കും ഇഷ്ട മാവുകയും ചെയ്തു.

പാരീസിൽ വസന്തകാലമായി. തുളഞ്ഞുകയറുന്ന കാറ്റുണ്ട്. ശരീരത്തെ മരവിപ്പിക്കും. ഇക്കാലത്ത് ഇടിയും മിന്നലും കൂടിയുള്ള ശക്തമായ കൊടുങ്കാറ്റുണ്ടായി.

ഗവ്രോഷ് രണ്ടുദിവസമായി ഒന്നും കഴിച്ചിട്ടില്ല. ഒരാപ്പിൾകിട്ടിയാൽ മതിയായിരുന്നു. ഒരാപ്പിൾപ്പഴം ഒരത്താഴമാണ്. ഒരാപ്പിൾപ്പഴം ഒരാ യുസ്സാണ്.

അവൻ പീടികയിലെത്തിയപ്പോൾ കയ്യിൽ കിട്ടിയ കട്ട സോപ്പ് മറച്ചു വെച്ചു. അത് വിറ്റ് എന്തെങ്കിലും അപ്പം കഴിക്കാമെന്നായിരുന്നു അവന്റെ വിചാരം.

ഗവ്രോഷിന്റെ സഹായത്തോടെയാണ് തെനാർദിയറും കൂട്ടരും ജയി ൽചാടി രക്ഷപ്പെട്ടത്. പുറത്തു വന്നശേഷം അവരൊന്നും ഗവ്രോഷിനെ ശ്രദ്ധിച്ചില്ല. ഗവ്രോഷ് ഒറ്റ നടത്തം ബബെ, തെനാർദിയറെ വിളിച്ചു പറഞ്ഞു.

"ആ കുട്ടിയെ നിങ്ങൾ ശ്രദ്ധിച്ചോ?"

"അത്ര നോക്കിയില്ല."

"അത് നിങ്ങളുടെ മോനാണെന്നാ എനിക്കു തോന്നുന്നത്."

തെനർദിയർ അത്ഭുതപ്പെട്ടു.

ഒരൊറ്റ വൃത്തമുള്ള ഒരു കേന്ദ്രമല്ല മനുഷ്യൻ. അവൻ ഇരട്ട പ്രകാശ കേന്ദ്രമുള്ള ഒരർദ്ധവൃത്തമാണ്. ഒന്ന് സംഭവങ്ങൾ, രണ്ട് ചിന്തകൾ.

തികച്ചും സന്തോഷവും തെളിച്ചവുമുള്ളതായിട്ട് ഒരു ദിവസം പോലുമില്ല. മനുഷ്യവിഭാഗം വെളിച്ചത്തുള്ളർ, ഇരുട്ടത്തുള്ളവർ എന്നീ രണ്ടായിട്ടാണ് ഉള്ളത്. ഭാഗ്യവാൻമാർ, ഭാഗ്യഹീനർ എന്ന് രണ്ടാക്കുന്നത് ശരിയല്ല. അറിയാനും സ്നേഹിക്കാനും പഠിച്ചാൽ പിന്നെയും ദുഖിക്കും. ദിവസം പിറക്കുന്നത് കണ്ണീരിൽ മുങ്ങിയിട്ടാണ്.

മരിയുസും കൊസെത്തും തോട്ടത്തിൽ വച്ചു കണ്ടുമുട്ടുക പതിവായി. തമാശകൾ പറഞ്ഞും ചിരിച്ചും അവർ സന്തോഷം പങ്കിട്ടു. കൊസെ ത്തിന്റെ സന്തോഷം ഴാങ് വാൽഴാങിന് സുഖം നൽകി.

തെനാർദിയറും സംഘവും ഴാങിനെ തേടി നടക്കുകയായിരുന്നു. ഒരു സന്ധ്യയ്ക്ക് അവർ ആ വീട്ടിന്റെ മുന്നിലെത്തി. മറവിൽനിൽക്കുന്ന പെൺകുട്ടിയെ കണ്ട് തെനാർദിയാർ ചോദിച്ചു.

"ആരാത്?...."

എപ്പോണൈനിന് അവരെ മനസ്സിലായി .

"ഞാനാ....."

"ആരെന്നു പറയൂ."

"നിങ്ങളുടെ മകൾ"

"നീയെന്തിനാണ് ഇവിടെ?"

"വെറുതെ."

"എന്നാൽ പോയാട്ടേ ഞങ്ങൾക്ക് ചില ജോലിയുണ്ട് നീയിവിടെ ഉണ്ടായാൽ പറ്റില്ല."

തെനാർദിയറും സംഘവും അവിടെയുള്ളവരെ എന്തോ ചെയ്യാൻ പോകുന്നു എന്ന് എപ്പോണൈനിന് ഉറപ്പായി.

"അച്ഛാ അവർ പാവങ്ങളാണ്."

മരിയുസിന് കൊസെത്തിനെ കാണിച്ചുകൊടുക്കുമ്പോൾ പറഞ്ഞത് എപ്പോണൈൻ ഓർത്തു. ആ പെൺകുട്ടിയെ കുറിച്ച് ആരോടും പറയില്ലെന്ന് വാഗ്ദാനം ചെയ്തിരുന്നതാണ്. അവൾക്ക് ഉറക്കെ കരയണമെന്നുണ്ടായിരുന്നു.

"ഇവൾക്ക് ഇവിടെ എന്തോ ബന്ധമുണ്ട്. അതൊന്നും കാര്യമാക്കിയാൽ പറ്റില്ല. ഇവളെ തടഞ്ഞുവയ്ക്കണം. മറ്റുള്ളവർക്ക് പോയി കാര്യം കഴിക്കാം."

ബബെയുടെ അഭിപ്രായം മറ്റുള്ളവർ അംഗീകരിച്ചു. മൊങ്പർന്നാസ്സ് കത്തി വലിച്ചെടുത്ത് നിലാവിൽ മിന്നിച്ചുകൊണ്ട് മൊഴിഞ്ഞു.

"ഞാനിവിടെ കാവൽ നിൽക്കാം."

ബബെ കൂട്ടുകാരെ ദൂരെയ്ക്ക് വിളിച്ച് എന്തോ രഹസ്യം പറഞ്ഞു അവർ പെട്ടെന്നു തന്നെ എങ്ങോട്ടോ അപ്രത്യക്ഷമായി.

ഈ സമയത്ത് മരിയുസും കൊസെത്തും തോട്ടത്തിലിരുന്ന് സംസാരിക്കുകയായിരുന്നു. കൊസെത്തിനെ ദു:ഖിതയായിട്ടാണ് കണ്ടത്. കൊസെത്ത് കരഞ്ഞു പോയി.

"എന്താ കൊസെത്ത്?..."

ചുകന്ന കണ്ണുകളുയർത്തി അവൾ പറഞ്ഞു:

"അച്ഛനെന്തോ ജോലിയുണ്ട്. ഇവിടുന്ന് പോവുകയാണ്. എന്നോടു പോകാനുള്ള ഒരുക്കങ്ങൾ ചെയ്യാൻ പറഞ്ഞു."

മരിയുസ്സ് വിറച്ചുപോയി. കൊസെത്ത് പറഞ്ഞത് ശരിയായി ഗ്രഹിക്കാനുള്ള കഴിവില്ലാതെ അവൻ ചോദിച്ചു.

"എന്ത്?"

"അച്ഛൻ രാവിലെ പറഞ്ഞതാണ്. വസ്ത്രങ്ങളെല്ലാം പെട്ടിയിൽ വയ്ക്കാൻ പറഞ്ഞു. ഒരു ദീർഘയാത്രയുണ്ട്. ഒരാഴ്ചയ്ക്കുള്ളിൽ തയ്യാറാവണമെന്നാണ് പറഞ്ഞത്."

"ഇത് ...."

മരിയുസിന് വിശ്വസിക്കാൻ കഴിഞ്ഞില്ല.

"എപ്പോഴാണ് യാത്ര?..."

"അറിയില്ല."

"എവിടേക്കാണെന്നറിയാമോ?..".

"ഇംഗ്ളണ്ടിലേക്കെന്നാണ് പറഞ്ഞത്."

"എന്തായാലും പോവും?..."

"അച്ഛൻ പോവുന്നുണ്ടെങ്കിൽ"

"ഞാനോ............."

അവൻ നിലത്തു വീണു. കൊസെത്ത് അടുത്തിരുന്ന് തേങ്ങിത്തേങ്ങി ക്കരഞ്ഞു. മരിയൂസ്സ് കുറച്ചു കഴിഞ്ഞ് എഴുന്നേറ്റിരുന്നു.

"കൊസെത്ത് കരയാതെ. ഞാനിപ്പോൾ പോകുന്നു. രണ്ടു ദിവസം കഴിഞ്ഞ് ഇവിടേക്കെത്താം."

ശരീരത്തിന് ബലം തിരിച്ചു കിട്ടിയനേരം മരിയുസ്സ് പോയി. അവൻ നേരെ ചെന്നത് വലിയച്ഛന്റെ വീട്ടിലേക്കാണ്. മരിയുസ്സ് മുത്തച്ഛന്റെ മുന്നിൽ വിനയത്തോടെ നിന്നു.

"എന്നോട് മാപ്പു ചോദിക്കുന്നതിനാണോ നീ വന്നത്.......?"

"എന്റെ മേൽ ദയകാണിക്കണം."

"ഞാനെന്താണ് നിനക്കു ചെയ്യേണ്ടത്?....."

"പിന്നെ....."

"വന്ന കാര്യം പറയടോ......"

"വിവാഹം ചെയ്യാൻ.........."

"സമ്മതം ചോദിക്കാനോ?.."

"അതെ."

"ജോലി ചെയ്ത് സമ്പാദിക്കുന്നുണ്ടോ."

"ഇല്ല."

"അപ്പോ ആ ചെലവും ഞാൻ തന്നെ വഹിക്കണമെന്നായിരിക്കു മല്ലേ?..."

മരിയുസ്സ് തന്റെ വിഷമസ്ഥിതി വിവരിച്ചു.

"നീ കല്യാണം കഴിക്കരുത്. അതുകൊണ്ട് ഒരു ദോഷവും ഉണ്ടാവില്ല."

മരിയൂസ്സ് തളർന്നുപോയി. ഇനിയിവിടെ നിന്നിട്ട് ഫലമില്ലെന്ന് അവന് അറിയാം. മരിയുസ്സ് പിന്നെ അവിടെ നിന്നില്ല.

ഴാങ് വാൽ ഴാങ് കൊസെത്തിനെയും കൂട്ടി ഷാംദ്മാറി ലെത്തി. പുറത്തിറങ്ങുമ്പോൾ കൊസെത്തിനെ കൊണ്ടുപോവില്ല. പാരീസിൽ സുരക്ഷിതത്വം ഇല്ലെന്ന് ഴാങ് വാൽഴാങിന് ബോധ്യമായി. അയാൾ മലമ്പള്ളയിൽ ഒറ്റയ്ക്കിരുന്ന് ഭാവിയെക്കുറിച്ച് ആലോചിച്ചുകൊണ്ടിരുന്നു.

ഒരു ദിവസം നഗരത്തിന്റെ പരിസരത്ത് സഞ്ചരി ക്കുമ്പോൾ തെനാർദിയറെ കണ്ടു. ഴാങ് വാൽ ഴാങ് വേഷം മാറി യതുകൊണ്ട് അയാൾക്ക് തിരിച്ചറിയാൻ കഴിഞ്ഞില്ല. ഴാങ് വാൽ ഴാങ് മലമ്പള്ളയിൽ ആലോചനയിൽപ്പെട്ടിരിക്കുകയായിരുന്നു. അയാൾക്കുമുന്നിൽ ഒരു കടലാസ് വന്നു വീണു. ആരോ എറിഞ്ഞതായിരിക്കാം. എന്തോ നിഴൽ മറയുന്നതു പോലെ തോന്നി. ആളെ കണ്ടില്ല കടലാസ് നിവർത്തി അയാൾ വായിച്ചു.

"നിങ്ങളുടെ വീട്ടിൽ നിന്ന് മാറിപ്പോവുക."

അയാൾ ഉടനെ വീട്ടിലേക്ക് മടങ്ങി പോന്നു.

മരിയുസ്സ് കർഫെരാക്കിന്റെ വീട്ടിലെത്തി. കർഫെരാക്ക് അവിടെ ഉണ്ടായിരുന്നു. ഉടുപ്പഴിക്കാതെ തന്നെ കിടന്നുറങ്ങി. എഴുന്നേൽക്കുമ്പോൾ നേരം നന്നായിപുലർന്നിട്ടുണ്ടായിരുന്നു. കർഫെരാക് പുറത്തേക്കിറങ്ങാൻ ഒരുങ്ങിക്കഴിഞ്ഞു.

അവിടെ നിൽക്കുന്നതിന് മരിയുസിനും ഇഷ്ടമുണ്ടായില്ല. ഴാവേർ കൊടുത്ത കൈത്തോക്ക് അപ്പോഴും കൈവശ മുണ്ടായിരുന്നു. അതുമെടുത്തിട്ട് കൊസെത്തിനെ കാണാൻ വേണ്ടി അവൻ ഓടി.

കൊസെത്ത് കാത്തുനിൽക്കുന്നിടത്ത് കാണാനില്ല. തോട്ടത്തിൽ നിന്നും വീട്ടിനടുത്തേക്കു നടന്നു. ജനലുകൾ അടച്ചിരിക്കുന്നു. അയാൾ വാതിലിൽ മുട്ടി. വീണ്ടും വീണ്ടും മുട്ടി. അനക്കം കേൾക്കാഞ്ഞ് കൊസെത്ത് എന്ന് ഉറക്കെ വിളിച്ചു.

തോട്ടത്തിലാരുമില്ല.

വീട്ടിലാരുമില്ല.

പെട്ടെന്നൊരു ശബ്ദം

"മിസ്റ്റർ മരിയുസ്സ് നിങ്ങളുടെ സ്നേഹിതന്മാർ വഴിക്കോട്ടയിൽ കാത്തു നില്ക്കുന്നു."

അവന് പിന്നെ ആലോചിക്കാനൊന്നുമില്ല. അങ്ങോട്ടേക്കു പോകാൻ വേണ്ടതു ചെയ്യണം. വഴിയറിയണം. ദൂരമറിയണം.

ജനങ്ങൾ ഉത്സാഹമില്ലാതെ കഴിയുകയാണ്. 1832 മെയ് മാസമായി. കഴിഞ്ഞ മൂന്നുമാസവും വിഷൂചികകൊണ്ട് ജനങ്ങൾ വലയുകയായിരുന്നു.

ജൂൺമാസം ലഹളയും പൊട്ടിപ്പുറപ്പെട്ടു ആളുകൾ കഴിയുന്നിടത്തോളം ആയുധധാരികളായി. വടിവീശിയും വാൾ വീശിയും ജനങ്ങൾ തെരുവിലൂടെ പാഞ്ഞു. ആയിരക്കണക്കിന് പട്ടാളക്കാരെ കൊണ്ട് ലഹള ഒതുക്കുവാൻ ഭരണാധികാരികളും ശ്രമിച്ചു.

“ആയുധമെടുക്കുവിൻ...”

ജനങ്ങൾ ആർത്തുവിളിച്ചു. കുതിരപ്പടയാളികൾ വാളൂരി വലിച്ചു. ആളുകൾ പായുന്നു. തട്ടിത്തടഞ്ഞു വീഴുന്നു, പറപറക്കുന്നു എതിർത്തു നിൽക്കുന്നു.

“ജനപ്രതിനിധി ഭരണം അല്ലെങ്കിൽ മരണം” എന്നെഴുതിയ കൊടികളുമായി ആളുകൾ വന്നുകൊണ്ടിരുന്നു.

അടിയും ഇടിയും പൊളിയുമാണെങ്ങും. ആളുകളുടെ ആർപ്പുവിളിയും ചില്ലുകളും മറ്റും ഉടയുന്നതിന്റെയും ഒച്ചയാൽ ബഹളമായി.

പീരങ്കിപ്പടയും ഇറങ്ങി.

വെടിയൊച്ചയിൽ നഗരം കിടുങ്ങി.

പള്ളിയിൽ നിന്ന് വ്യസനകരമായ മണിയൊച്ചയും മുഴങ്ങി.

ഒരു ജനക്കൂട്ടം കൊടുംങ്കാറ്റു പോലെ സാങ്ദെനിയിൽ എത്തി. ആ കൂട്ടത്തിൽ കരഫെരാക്കിന്റെ ഒപ്പം മരിയുസ്സും ഉണ്ടായിരുന്നു.

ആൾക്കൂട്ടത്തിന്റെ തള്ളിക്കേറ്റം കണ്ട് തെരുവുമുഴുവനും പേടിച്ചു.

വെടിവെപ്പിൽ നിന്നും രക്ഷപ്പെടാനും സുരക്ഷിതമായി വെടിവയ്ക്കാനും സാങ്ദെനിയിൽ ധാരാളം വഴിക്കോട്ടകൾ ഉണ്ടാക്കി.

രാത്രി വൈകിയിരിക്കുന്നു. ഇടയ്ക്കിടക്ക് വെടിയൊച്ചകൾ കേൾക്കാം. ആ സമയത്ത് ഗവ്രോഷ് ആലോചനയിലായിരുന്നു. റ്യുദെബില്ലത്തിൽ വെച്ചു കണ്ട ഒരാളുണ്ടവിടെ. അയാളെക്കുറിച്ചാണ് ഗവ്രോഷ് ചിന്തിച്ചുകൊണ്ടിരുന്നത്. അയാൾ വഴിക്കോട്ടയിലെ സകലതും നോക്കിപ്പഠിക്കുന്നതിൽ ഗവ്രോഷ് അത്ഭുതപ്പെട്ടു.

ആൻഷോൽരാ ഗവ്രോഷിനെ വിളിക്കാൻ വന്നു.

“അയാളെ കണ്ടോ? നമ്മുടെ കൂട്ടക്കാരനല്ലെന്നു തോന്നുന്നു.”

ആൻഷോൽരാ ഗവ്രോഷിന്റെ അഭിപ്രായം ശരിവെച്ചു.

“അയാൾ പോലീസ് ഒറ്റുകാരനാവും.”

ആൻഷോൽരാ താമസിച്ചില്ല. അയാളുടെ അടുത്തു ചെന്നു ചോദിച്ചു.

"നിങ്ങൾ ഒറ്റുകാരനാണോ?.........."

"ഭരണാധികാരികളുടെ ഒരാളാണ്."

"പേര്?...."

"ഴാവേർ."

ആൻഷോൽരാ ഒരാംഗ്യം കാണിച്ചു. ഴാവേർ ഒന്നു തിരിയാൻ ശ്രമിക്കുന്നതിനുമുന്നേ നാലുപേർ അയാളുടെ മേൽ ചാടിവീണു. അവർ അയാളെ കെട്ടിയിട്ടു. എന്നിട്ട് തൂണിനോടു ചേർത്തു കെട്ടി. ഴാവേർ ഒരു ശബ്ദവും പുറപ്പെടുവിച്ചില്ല.

വഴിക്കോട്ടയുടെ ഇരുട്ടിലൂടെ മരിയുസ്സ് അവിടെയെത്തി. ദു:ഖംകൊണ്ട് ഭ്രാന്ത് പിടിച്ചതു പോലെയുണ്ട്. അയാൾ വേഗത്തിൽ നടന്നു. ആശയില്ലാതായ ഒരാളായാണ് അവൻ പോകുന്നത്.

ഒരുവെടിയൊച്ച കേട്ടു. മരിയുസ്സിന്റെ തലയ്ക്കടുത്തു കൂടെ വെടിയുണ്ട പാഞ്ഞുപോയി. അപ്പോൾ പേടിതോന്നിയില്ല. അവൻ മുമ്പോട്ടു നടന്നു. മരിയൂസ്സ് ഹാലിലെത്തി. ആ പ്രദേശം മറ്റു തെരുവുകളേക്കാൾ ശാന്തമായിരുന്നു.അച്ഛനെപ്പറ്റി മരിയുസ് ആലോചിച്ചു. രാജ്യത്തിനു വേണ്ടി പൊരുതിയ അച്ഛനെപ്പോലെ പൊരുതാൻ അവനും തീരുമാനിച്ചു കഴിഞ്ഞു.

സാങ്മെറിപ്പള്ളിയിൽ നിന്നും പത്തുമണിയടിച്ചു. ആൻഷോൽരയും കൂട്ടരും വഴിക്കോട്ടയുടെ കവാടത്തിൽ കാത്തിരുന്നു.

ഗവ്രോഷ് അവിടെയെത്തി.

"എനിക്ക് വലിയ തോക്കാണ് വേണ്ടത്."

അവൻ ഴാവേരുടെ തോക്കെടുത്തു.

പട്ടാളത്തിന്റെ ആക്രമണത്തെ തടുക്കാൻ എല്ലാവരും ജാഗ്രതയോടെ ഇരിക്കുകയാണ്.

എന്തോ അടുത്തുവരുന്നതുപോലെ ഇരുട്ടിൽ ഒന്നും കാണുന്നില്ല

"ആരാണത്?.."

മറുപടി പറഞ്ഞത് ആൻഷോൽരായാണ്.

"ഫ്രഞ്ച് ഭരണപരിവർത്തനം."

ഉടനെ ഉച്ചത്തിലുള്ള വിളികേട്ടു.

"വെടി."

ഒരു മിന്നൽ വെളിച്ചം. ഭയങ്കരമായ മുഴക്കം ചുവപ്പു കൊടിവീണു.

"കൊടി വീണ്ടും തൂക്കാം." ആൻഷോൽരാ പറഞ്ഞു.

അതിനു തയ്യാറായി ആരും മുന്നോട്ടു വന്നില്ല. അവിടെ ഇരിക്കുന്നു

ണ്ടെങ്കിലും മറ്റേതോ ലോകത്തായിരുന്നു. ഫാദർ മബെ കൊടിയെടുത്തു. അയാൾ മുകളിലെ പടിയിലെത്തി.

"ഭരണപരിവർത്തനം ജയിക്കട്ടെ. പ്രജാധിപത്യം ജയിക്കട്ടെ സാഹോദര്യം, സമത്വം മരണം."

ഉടനെ വെടിപൊട്ടി. ഫാദർമബെ രക്തത്തിൽ കുളിച്ചു നിലത്തുവീണു.

ആൻഷോൽരാ അദ്ദേഹത്തിന്റെ ശരീരം ഉയർത്തി ചുംബിച്ച് മെല്ലെ താഴെ വച്ചു പറഞ്ഞു.

"ഇതാണ് ഇനി നമ്മുടെ കൊടി."

ശവം ഴാവേറുടെ മുന്നിലൂടെ കൊണ്ടുപോയി. ആൻഷോൽരാ അയാൾ കേൾക്കെ പറയുന്നുണ്ടായിരുന്നു.

"ഉടനെ നിങ്ങളും ഇങ്ങനെ."

കുറച്ചു സമയം കഴിഞ്ഞു. ഗവ്രോഷിന്റെ മുന്നിലേക്ക് ഒരാൾ കുന്തവുമായി ഓടിയടുത്തു. അയാൾ പട്ടാളക്കാരനായിരുന്നു. നെറ്റിയിൽ വെടികൊണ്ട് അയാൾ വീണു.

വെടിവെച്ചത് മരിയുസ്സായിരുന്നു. എല്ലാവരും മരിയുസ്സിന്റെ ചുറ്റും കൂടി.

"നിങ്ങൾ കൃത്യസമയത്ത് എത്തി. വേണ്ടതു ചെയ്തു."

ഓരോരുത്തരും മരിയൂസ്സിനെ പുകഴ്ത്തുന്നതിനിടയിൽ താഴെ നിന്ന് ഒരു വിളി കേട്ടു.

"മരിയൂസ്."

ആളെ തിരിച്ചറിയാൻ കഴിയുന്നില്ല.

"മരിയൂസ്.........ഇത് ഞാനാ......."

"മനസ്സിലായില്ലല്ലോ."

"ഞാൻ എപ്പൊനൈൻ.""

മരിയുസ് എപ്പോനൈനിന്റെ കൈപിടിച്ചു. ആ കൈയിൽ തുളവീണിരിക്കുന്നു. ചോര ഇറ്റുവീഴുന്നുണ്ട്.

"ഇതെങ്ങനെ എപ്പോനൈൻ?.."

അവിടുന്ന് ഒരു പട്ടാളക്കാരൻ മരിയുസ്സിനു നേരെ തോക്കു ചൂണ്ടി. ഞാൻ ഓടിച്ചെന്ന് തോക്കിന്റെ വായ്പോത്തി.

"അയ്യോ എപ്പോനൈൻ.."

"അതുകൊണ്ടാ മരിയുസിനെ രക്ഷിക്കാൻ കഴിഞ്ഞത്. എന്റെ കഴുത്തിനടുത്തുമുണ്ട് മുറിവ്. ഞാൻ മരിക്കുകയാ മൊസ്യുമരിയുസ്. എന്റെ കീശയിൽ ഒരു കത്തുണ്ട് അത് എടുത്ത് വായിക്കണം അന്ന്

കാണിച്ചുതന്ന പെൺകുട്ടിയുടെ കത്താ...ഞാൻ..."

പിന്നെയും എന്തോ പറയുവാൻ എപ്പോനൈൻ ശ്രമിച്ചു. പക്ഷെ അവൾ വീണുപോയി. അവളുടെ ശ്വാസം നിലച്ചു.

ഉടനെ ഒരു വെടിയൊച്ചകേട്ട് മരിയുസ് അങ്ങോട്ടു ചെന്നു. പട്ടാളക്കാരുടെ വെടിയാണ്. ആൻഷോൽരാ പറഞ്ഞു.

"ഴാവേർ നിങ്ങളുടെ കൂട്ടുകാർ തന്നെ നിങ്ങളെ കൊല്ലും."

എപ്പോനൈൻ പറഞ്ഞ കത്ത് എടുക്കുവാൻ വേണ്ടി മരിയുസ് തിരിച്ചു വന്നു. കീശയിൽ ഭദ്രമായി സൂക്ഷിച്ച കത്ത് കവറിലിട്ട് ഒട്ടിച്ചിരുന്നു. അവൻ ചെറിയ വെളിച്ചമുള്ളിടത്തേക്ക് നീങ്ങി നിന്ന് കത്തു വായിച്ചു.

"പ്രിയപ്പെട്ടവനേ,അച്ഛന്റെ നിർബന്ധമാണ്.ഇന്നു വൈകുന്നേരം റ്യുദ്ലോം അർമെയിൽ ഏഴാം നമ്പർ ഭവനത്തിലായിരിക്കും. ഒരാഴ്ചയ്ക്കുള്ളിൽ ഇംഗ്ളണ്ടിലെത്തും, കൊസെത്ത് ."

കൊസെത്തിന്റെ കത്തിനു മറുപടി എഴുതണം. അവൾക്കെത്തിക്കണം. മരിയുസ് പോക്കറ്റു പുസ്തകത്തിൽനിന്ന് ഒരു കടലാസ് കീറിയെടുത്ത് എഴുതി. "നീ പോവുകയാണല്ലോ. എനിക്ക് മരണമാണ് ഉണ്ടാവുക. എന്റെ ആത്മാവു നിന്റെ അടുത്ത് എത്തിയിരിക്കും. നീ പുഞ്ചിരി കൊള്ളുമല്ലോ."

കടലാസ് മടക്കി വിലാസം എഴുതി ശേഷം അവൻ ഗവ്രോഷിനെ വിളിച്ചു. "എനിക്കു വേണ്ടി ഒരു കാര്യം ചെയ്യാമോ?.."

"എന്തും ചെയ്യാം."

"ഈ കത്ത് കൊസെത്തിന് എത്തിക്കണം."

"എത്രയും പെട്ടെന്ന് എത്തിച്ചോളും."

ഗവ്രോഷ് ഉടനെ പുറപ്പെട്ടു.

ഴാങ് വാൽ ഴാങും കൊസെത്തും അവരുടെ വേലക്കാരി തുസ്സാങ്ങും രാത്രി തന്നെ യാത്ര തുടങ്ങി. റ്യുദ്ലോംഅർമെയിൽ വീട്ടിലെത്തി സാധനങ്ങളൊക്കെ ഒരുക്കി. ഭക്ഷണം കഴിഞ്ഞപ്പോൾ പുറത്തിറങ്ങിയ ഴാങ് വാൽഴാങ് ഒരു നിഴൽ കണ്ടു. അതൊരു കുട്ടിയാണ്. കുട്ടി ഴാങ് വാൽ ഴാങിനെയും നോക്കുന്നുണ്ട്.

"എന്താ കുട്ടീനോക്കുന്നത്?"

"ഏഴാം നമ്പർ വീടറിയുമോ?." ഗവ്രോഷ് ചോദിച്ചു.

"എന്തിനാ?.."

"കൊസെത്തിനു കൊടുക്കാൻ ഒരു കത്തുണ്ട്."

"അതിങ്ങോട്ടു തരൂ." ഴാങ് കൈ നീട്ടികൊണ്ടു പറഞ്ഞു.

ഗവ്രോഷ് കത്ത് അയാളുടെ കയ്യിൽ വെച്ചു കൊടുത്തു.

അവൻ അധികസമയം അവിടെ നിന്നില്ല.

ഴാങ് കത്തുവായിച്ചു. എനിക്ക് മരണമാണ് എന്ന വരികണ്ട് അയാൾ ആദ്യം പരിഭ്രമിച്ചു. പിന്നീട് സന്തോഷിക്കുകയാണ് ചെയ്തത്. കൊസെത്തിന് കത്തു കൊടുക്കുന്ന ആൾ ആരായാലും അങ്ങിനെ ഒരാളുടെ ബന്ധം ഇല്ലാതായല്ലോ. പരിചയക്കാരും അവിടെയുണ്ടാവരുത്.

എന്തോ നിശ്ചയിച്ചുറച്ചതുപോലെ ഴാങ് വാൽ ഴാങ് ഭടന്റെ വേഷമണിഞ്ഞ് പുറത്തേക്കിറങ്ങി.

ഴാങ് വാൽ ഴാങ്

കലാപം തുടരുകയാണ്. അമ്മമാരും കുട്ടികളുമൊക്കെയായി കുടുംബങ്ങളുള്ളവർ കലാപത്തിൽ നിന്നും വിട്ടു നിൽക്കട്ടെ എന്നാണ് മരിയുസ് അഭിപ്രായപ്പെട്ടത്.

ആരുമാരും വിട്ടുപോകാൻ തയ്യാറായില്ല. അവർ തമ്മിൽ തർക്കമായി. വേഗത്തിൽ ഒരു തീരുമാനത്തിലെത്തിയില്ലെങ്കിൽ പിന്നെ നാശത്തിൽ പ്പെടുമെന്ന് കർഫെരാക് ഓർമ്മിപ്പിച്ചു.

“മരിയുസ് തീർച്ചപ്പെടുത്തട്ടെ.”

ആരോ വിളിച്ചു പറഞ്ഞു

“ഇത് പ്രജാവാഴ്ചയാണ്. എല്ലാവരും കൂടിയാണ് തീരുമാനി ക്കേണ്ടത്.”

ആൻഷോൽരാ പറഞ്ഞതുകേട്ട് മരിയുസ് തിരിഞ്ഞു നോക്കി.

ഴാങ് വാൽ ഴാങ് അപ്പോഴാണ് അവിടെ എത്തിയത്. അവൻ ആളെ തിരിച്ചറിഞ്ഞു. മരിയൂസിന് ഫൂഷൽവാങ് എന്ന പേരിലാണ് ഴാങ് വാൽ ഴാങിനെ അറിയുന്നത്.

“ഈ മനുഷ്യനാരാണ്?...” ബൊസ്വെ ചോദിച്ചു.

“എനിക്കറിയാം.”

“ഇത് മറ്റുള്ളവരെ രക്ഷപ്പെടുത്തുന്ന ഒരാളാണ്.” കൊംബ്ഫേർ അറിയിച്ചു.

ഴാങ് വാൽ ഴാങ് ഒരു സമരസേനാനിയെ രക്ഷപ്പെടുത്തികൊണ്ട് വന്നി രുന്നു. അയാളെ പരിചരിക്കുന്നതിൽ അയാൾ മുഴുകി.

ആൽഷോൽരാ പ്രസംഗിക്കാൻ തുടങ്ങി.

“ഹേ പൗരന്മാരേ, ഈ സമരത്തിനുശേഷം എന്താണുണ്ടാവാൻ പോ കുന്നതെന്ന് നിങ്ങൾ ആലോചിച്ചിട്ടുണ്ടോ. എല്ലാ വീടുകളിലും ക്ഷേമം. മനുഷ്യർക്കോരോരുത്തർക്കും സ്വാതന്ത്ര്യം. എല്ലാവർക്കും അവകാശങ്ങ ളിൽ സമത്വം. സർവ്വരുടെയും അവകാശത്തെ രക്ഷിക്കുന്ന സാഹോദ ര്യം. ഇതാണ് നമ്മൾ നേടാൻ പോകുന്നത്. മനുഷ്യവർഗ്ഗത്തിന് സമാ

ധാനം കിട്ടാൻ വേണ്ടിയാണ് നമ്മുടെ പോരാട്ടം.

മരിയുസ്സിന്റെ മനസ്സിൽ ഴാങിന്റെ വരവിനെക്കുറിച്ചുള്ള വിചാര മായിരുന്നു. കൊസെത്തിനെ ഓർമ്മിച്ചപ്പോൾ സങ്കടം തോന്നി.

ഴാങ് വാൽഴാങ് അവനോട് സംസാരിച്ചില്ല.

ആൻഷോൽരാ അടുത്തമുറിയിലേക്ക് ചെന്നു. ഒരു തൂണിൽ കെട്ടിയേടത്തു നിൽക്കുകയായിരുന്നു ഴാവേർ. ആൻഷോൽരാ ചോദിച്ചു.

"എന്തെങ്കിലും വേണമോ?..."

"ഇങ്ങനെ നിൽക്കുന്നത് വല്ലാത്ത ബുദ്ധിമുട്ട്. കെട്ടിയിട്ടാലും കിടക്കാൻ പറ്റിയെല്ലെങ്കിൽ........."

ആൻഷോൽരാ പറഞ്ഞ് നാലുപേർ ചേർന്ന് ഴാവേറിന്റെ കെട്ടഴിച്ചു. ഒരാൾ അയാളുടെ നെഞ്ചിനു നേരെ കുന്തം ചൂണ്ടിനിന്നു. തൂണിൽ നിന്നും അഴിക്കുമ്പോൾ കാലിൽ കെട്ടിയിട്ടു. മെല്ലെ നടത്തി മേശയുടെ അടു ത്തെത്തിച്ചു. മേശയിൽ കിടത്തി. മേശയോട് ചേർത്തുകെട്ടി. കിടപ്പിൽ തല ചെരിച്ചപ്പോൾ ഴാവേർ ഴാങിനെ കണ്ടു. ഴാങ് വാൽഴാങും അയാളെ ശ്രദ്ധിച്ചു നോക്കുന്നുണ്ടായിരുന്നു.

നേരം പുലർന്നിട്ടും ആരും ഉണർന്ന് പുറത്തു വന്നില്ല. സാങ്ദെനി യിൽ ശ്മശാനമൂകതയാണ്.

വൈകുന്നേരം വരെ അങ്ങനെ കഴിഞ്ഞു. പിന്നെ വെടിയൊച്ചകൾ കേൾക്കാൻ തുടങ്ങി.

ഗവ്രോഷ് വൈകുന്നേരം അവിടെ തിരിച്ചെത്തി. മരിയുസിന് അതി ഷ്ടമായില്ല. ഗവ്രോഷിനെ രക്ഷിക്കണമെന്നുള്ളതുകൊണ്ടാണ് കത്ത് അവനെ ഏല്പിച്ചത്.

മരിയുസ് ഗവ്രോഷിനെ വിളിച്ചു.

"നിന്നോട് തിരിച്ചുവരാൻ പറഞ്ഞില്ലല്ലോ. എന്റെ കത്ത് കൊടു ത്തുവോ?..."

പറഞ്ഞയാളുടെ കൈയിൽ കത്തു കൊടുക്കാൻ സാധിച്ചില്ല. അവർ ഉറക്കമായിരുന്നു. പടിവാതിൽക്കൽ നിന്നിരുന്ന വൃദ്ധൻ പറഞ്ഞു. അയാൾ കൊടുത്തോളാമെന്ന്. ഉറക്കമുണർന്നാൽ അവർക്കു കത്ത് ലഭിക്കും.

ഴാങ് വാൽ ഴാങ് വഴിക്കോട്ടയിൽ വന്നതിന് കത്തുമായി ബന്ധമുണ്ടോ എന്ന് മരിയുസിന് സംശയമായി.

"ഗവ്രോഷ്, അതാ അവിടെ നിൽക്കുന്ന മനുഷ്യനെ അറിയുമോ?....."

"ഇല്ല."

ഗവ്രോഷ് ഇരുട്ടത്താണ് വൃദ്ധനെ കണ്ടത്. ഒരു നിഴൽ പോലെ മാത്രം.

മരിയുസിന് ശരിയായ രീതിയിൽ ചിന്തയുടെ വഴി തെളിഞ്ഞില്ല.

ഗവ്രോഷ് അയാളുടെ വർത്തമാനത്തിന് നിന്നില്ല. തോക്കെടുക്കാൻ പോയി.

എല്ലാവരും തലതാഴ്ത്തികൊള്ളുവിൻ. ആൻഷൊൽരാ ഉറക്കെ പറഞ്ഞു. അപ്പോൾ തന്നെ വെടിശബ്ദം കേട്ടു. വഴിക്കോട്ടയുടെ ഒരു ചെറുവിടവിൽക്കൂടെ പുറത്തുള്ള സംഭവങ്ങൾ ശ്രദ്ധിക്കുകയാണ് ആൻ ഷോൽരാ....

പെട്ടെന്നായതുകൊണ്ട് രണ്ടുപേർ മരിച്ചു. ആൽഷോൽരാ ഉടനെ പീരങ്കിത്തലവന്റെ ഉന്നം പിടിച്ച് തോക്കുയർത്തി.

കൊംബ്ഫേർ അസ്വസ്ഥനായി.

“ഈ കശാപ്പു പണി ഭയങ്കരം തന്നെ. രാജാക്കന്മാർ ഇല്ലാതായാൽ യുദ്ധവും ഇല്ലാതായേക്കും. നിങ്ങൾ ആ പീരങ്കിത്തലവനെ ഉന്നം വയ്ക്കുകയാ.........നോക്കൂ എത്ര ഉശിരനായ ചെറുപ്പക്കാരനാണ്. പഠിപ്പുള്ള ബുദ്ധിശാലിയാണെന്ന് ഒറ്റ നോട്ടത്തിൽ തന്നെ മനസ്സിലാവുന്നുണ്ട് അയാൾക്ക് അച്ഛനും അമ്മയും കുടുംബവും ഉണ്ടാവും. അയാൾ നമ്മുടെ സഹോദരനല്ലേ...... അയാളെ കൊല്ലേണ്ട.”

ആൻഷോൽരായുടെ കവിളിലൂടെ കണ്ണുനീർത്തുള്ളികൾ മിന്നിമറിഞ്ഞു. അയാൾ കാഞ്ചിവലിച്ചു.

“ഇതു കൂടാതെ കഴിയില്ല സുഹൃത്തേ.”

ആ പീരങ്കിപ്പടയാളി തിരിഞ്ഞ് തിരിഞ്ഞ് പീരങ്കിക്കരികിൽ വീണു.

ഴാങ് വാൽഴാങ് ഒരു തോക്കും പിടിച്ച് വെറുതെയിരിക്കുകയായിരുന്നു. പടയാളികൾ മെല്ലെ പറഞ്ഞു.

“ഒരു തോക്ക് വെറുതെയിരിക്കുന്നു.”

ഴാങ് അതു കേട്ടില്ല എന്നു തോന്നുന്നു. ആലോചനയിൽ നിന്നു വിട്ട അയാൾ ചോദിച്ചു.

“എനിക്ക് ഒരിരട്ടക്കുഴൽ തോക്ക് ആരെങ്കിലും തരുമോ?....”

ആൻഷോൽരാ നിറച്ചു വച്ച തോക്ക് ഴാങ് വാൽ ഴാങിനു കൊടുത്തു.

അപ്പുറത്തെ ആറുനിലകെട്ടിടത്തിൽ കോസറി കെട്ടി മറിച്ചിരിക്കുന്നു അതു കിട്ടിയെങ്കിൽ നന്നായിരുന്നു. പോയെടുക്കാൻ കഴിയില്ല. പട്ടാളത്തിന്റെ നടുവിലൂടെ പോകണം.

ഴാങ് തുടരെ രണ്ട് വെടിവെച്ചു. കോസറി താഴെ തെരു വിൽ വീണു.

അതെടുത്തു കൊണ്ടുവരുവാൻ അയാൾ തന്നെ പുറത്തിറങ്ങി.

കോസറിയെടുത്ത് പുറത്ത് തൂക്കി ഴാങ് അകത്തെത്തി.

"പൗരൻ, പ്രജാധിപത്യം നിങ്ങളോട് നന്ദിപറയുന്നു."

ആൻഷോൽരാ അയാളെ പ്രശംസിച്ചു.

പട്ടാളക്കാരുടെ വെടി തുടർന്നുകൊണ്ടിരുന്നു. കാര്യമായ അപകടങ്ങളൊന്നും ഉണ്ടായിരുന്നില്ല.

മേൽക്കൂരയുടെ ജനാലയിൽ ഒരു പട്ടാളക്കാരന്റെ തല പ്രത്യക്ഷപ്പെട്ടു. ഴാങ് അയാളുടെ തലയ്ക്ക് നേരെ ഉന്നം പിടിച്ച് വെടിവെച്ചു. പട്ടാളക്കാരന്റെ തൊപ്പി തെറിച്ചുപോയി. അയാൾ അവിടുന്ന് മറഞ്ഞു. വേറൊരു തല പ്രത്യക്ഷപ്പെട്ടു. അത് വലിയൊരു ഉദ്യോഗസ്ഥനാണ്. ഴാങിന്റെ തോക്കിൽനിന്നും മറ്റൊരു വെടിയുണ്ട പാഞ്ഞു. അയാളുടെയും തൊപ്പി തെറിച്ചു പോയി.

"നിങ്ങളെന്താണ് അവരെ കൊല്ലാഞ്ഞത്?..."

ഴാങ് വാൽഴാങ് മറുപടി പറഞ്ഞില്ല.

നാലു പീരങ്കികൾ വെടിയുതിർക്കാൻ തുടങ്ങി. വഴിക്കോട്ട തകർക്കുകയാണ് പീരങ്കിയുദ്ധത്തിന്റെ ലക്ഷ്യം.

"പീരങ്കിപ്പട്ടാളത്തെ വെടിവയ്ക്കുക."

ആൻഷോൽരായുടെ അറിയിപ്പ് കിട്ടിയതോടെ വഴിക്കോട്ട ഉണർന്നു. സമരക്കാർ വെടിവയ്പ്പാരംഭിച്ചു.

പട്ടാളത്തിന്റെ വെടിവെപ്പിൽ നിന്നും ധാരാളം തിരകൾ തെരുവിൽ വീണിരുന്നു. അതൊക്കെ പെറുക്കിയെടുക്കുവാൻ വേണ്ടി ഗവ്രോഷ് കൂട്ടയുമായി തെരുവിലെത്തി. കുറച്ചെണ്ണം പെറുക്കിക്കഴിഞ്ഞപ്പോൾ ഒരു വെടി അവന്റെ ചെവിക്കടുത്തുകൂടെ പോയി. രണ്ടാമത്തെ വെടി അവന്റെ ചുമലിനടുത്തുകൂടെയാണ് പോയത്. കൂട്ട തലയിൽ നിന്നും വീണു പോയി. മൂന്നാമത്തെ വെടി ഗവ്രോഷിന്റെ നെഞ്ചുതുളച്ചു. തൽക്ഷണം ഗവ്രോഷ് വീണു. അനക്കമില്ലാത്തായി.

ഗവ്രോഷ് നിലത്തു വീഴുന്നതു കണ്ട മരിയുസ്സ് ഒന്നും ആലോചിക്കാതെ ഓടി. അവന്റെ ചലനമറ്റ ശരീരം താങ്ങിയെടുക്കുമ്പോൾ അവന്റെ നെറ്റിയിൽ ഒരു വെടിയുണ്ട ഉരസ്സി. അയാൾ അത് അറിഞ്ഞില്ല.

കർഫെരാക് തുണികൊണ്ട് മുറിവ് കെട്ടിക്കൊടുത്തു.

ഴാങ് ഇതൊക്കെ കാണുന്നുണ്ടെങ്കിലും ഒന്നും പറയുന്നില്ല.

തോക്കുകളുടെയും മറ്റായുധങ്ങളുടെയും കണക്കെടുത്തു.

ഓരോരുത്തർ എന്തൊക്കെ ചെയ്യണമെന്നും എത്ര ആയുധങ്ങൾ കയ്യിൽ വയ്ക്കണമെന്നും നിർദ്ദേശം കൊടുക്കുന്നത്. ആൻഷോൽരാ ആണ്. ആൻഷോൽരോ അക്ഷോഭ്യനാണ് എപ്പോഴും. അതുപോലെ യുള്ള വേറൊരാൾ ഴാവേർ ആണ്.

"സൂക്ഷിച്ചു കൊൾവിൻ."

മരിയുസ് വഴിക്കോട്ടയുടെ മുകളിൽ നിന്ന് വിളിച്ചു പറഞ്ഞു. ആൽ ഷൊൽരായുടെ നിർദ്ദേശം പോലെ എല്ലാവരും സ്ഥാനമുറപ്പിച്ചു.

ഴാവേറിനെ കെട്ടിയിട്ട മുറിയിൽ ഴാങ്ങും അയാളും മാത്രമായി. ഴാങ് ഴാവേറിന്റെ കെട്ടുകളോരോന്നും അഴിച്ചു.

"എഴുന്നേൽക്കൂ."

ഴാവേർ അനുസരിച്ചു.

കാലിന്റെ കെട്ടഴിച്ചില്ല. വയറിൽ കെട്ടിയ കയർപിടിച്ച് ഴാവേറിനെ നടത്തിച്ചു. കാലിലെ കെട്ടുകാരണം മെല്ലെ പിച്ചവെച്ചുനടക്കുന്നതു പോലേയേ കഴിയുന്നുള്ളൂ. ഴാങിന്റെ കൈയിൽ തോക്കുണ്ടായിരുന്നു.

മെല്ലെ നടന്നു നടന്ന് വഴിക്കോട്ടയുടെ ഉൾമുറ്റം അവർ കടന്നു കഴിഞ്ഞു

വഴിക്കോട്ടയുടെ ഇടതുവശത്ത് അങ്ങേയറ്റത്ത് ഇതു കണ്ടുകൊണ്ട് നിൽക്കുകയാണ് മരിയൂസ്. ഴാവേറിനെ കൊല്ലാൻ കൊണ്ടുപോവുക യാണെന്ന് അവന് അറിയാം.

പോകുമ്പോൾ ശവങ്ങൾ കൂട്ടിയിരിക്കുന്നത് കണ്ടു. എപ്പോനൈനിന്റെ ശരീരമുണ്ടായിരുന്നു. അത് ഴാവേറിന്റെ കണ്ണിൽപ്പെട്ടു.

"ഈ പെൺകുട്ടിയെ എനിക്കറിയാമല്ലോ."

ഉടനെ അയാൾ ഴാങിന്റെ നേരെ നോക്കി.

"ഴാവേർ ഇതു ഞാനാണ്."

"എനിക്കു മനസ്സിലായി നിങ്ങൾക്കു പകരം വീട്ടാം."

അയാൾ പോക്കറ്റിൽനിന്നും ഒരു കത്തിയെടുത്തു.

"ഒരു കത്തി. അതാണ് നിങ്ങൾക്ക് ഏറ്റവും യോജിച്ചത്."

ഴാവേർ മരണം മുന്നിൽ കണ്ട് അഭിപ്രായപ്പെട്ടു.

ഴാങ് ഴാവേറുടെ കഴുത്തിലെ കെട്ടു മുറിച്ചു. അരയിലെ കെട്ടുമുറിച്ചു. കുനിഞ്ഞുനിന്ന് കാലിലെ കെട്ടും മുറിച്ച് നിവർന്നു നിന്ന് അയാളോട് പറഞ്ഞു. "നിങ്ങൾക്കു പോകാം."

എളുപ്പത്തിൽ അത്ഭുതപ്പെടുന്നയാളല്ല ഴാവേർ. അയാൾ ഞെട്ടി പ്പോയി എന്താണീ കേട്ടതെന്ന് വിശ്വസിക്കാനായില്ല. അയാൾ വായും

തുറന്ന് അനങ്ങാതെ നിന്നു.

ഴാങ് തുടർന്നു. "എനിക്കിവിടെ നിന്ന് രക്ഷപ്പെടാൻ കഴിയുമെന്ന് തോന്നുന്നില്ല. പുറത്തു കടന്നാൽ ഫൂഷൽവാങ് എന്ന പേരിൽ റ്യൂദ്‌ലോം അർമെ എന്ന ദേശത്ത് ഏഴാം നമ്പർ വീട്ടിലായിരിക്കും." ഴാവേർ ഒന്നു മുരണ്ടു.

"നിങ്ങൾ പോകൂ." ഴാങ് വീണ്ടും പറഞ്ഞു.

"നിങ്ങൾ ഫൂഷൽ വാങ് എന്ന പേരിലായിരിക്കും അല്ലേ?.."

"ങ്ഉം....."

ചെറിയ ഒച്ചയിൽ ഴാവേർ ആവർത്തിച്ചു.

"വീട്ടുനമ്പർ 7."

ഴാവേർ കുപ്പായമിട്ടു. പട്ടാളക്കാരെപോലെ മുറുക്കം വരുത്തി. കൈ മാറത്തു കെട്ടി. ഒരു കൈ കൊണ്ടു മുഖം താങ്ങി. ഹറൽപ്രദേശത്തേക്കു പോകേണ്ട ദിശയിൽ നടന്നു.

അയാൾ പോകുന്നത് ഴാങ് നോക്കിനിൽക്കുന്നുണ്ടായിരുന്നു.

ഴാവേർ പെട്ടെന്നു തിരിച്ചു വന്നു.

"നിങ്ങൾ എന്നെ അസ്വസ്ഥനാക്കുന്നു. എന്നെ കൊന്നു കളയൂ."

"പോ വേഗം." ഴാങ് വാൽ ഴാങ് നിർബന്ധിച്ചു.

ഴാവേർ വളരെ പതുക്കെ തെരുവുമൂല കടന്നു.

മരിയുസ് ഴാവേറിനെപ്പറ്റി ഓർമ്മിക്കുകയായിരുന്നു അപ്പോൾ ആ പോലീസ് ഇൻസ്പെക്ടറെ പരിചയമുണ്ട്. അയാളുടെ പേർ ഴാവേർ എന്നാകുമോ എന്നും സംശയിച്ചു. മരിയുസ് ആൻഷോൽരായുടെ അടുത്തുചെന്നു.

"ആൻഷോൽരാ......."

"ങ് ഉം?..."

"അയാളുടെ പേരെന്താ?....."

"ഏതയാളുടെ?......"

"ആ പോലീസുകാരന്റെ ...."

"ഴാവേർ...."

മരിയുസ് ചാടിയെഴുന്നേറ്റു. ആ സമയത്തു തന്നെ കൈത്തോക്കിന്റെ ഒച്ച കേട്ടു.

ഴാങ് ആണ് വെടിവെച്ചത്. അയാൾ മരിയുസ് ഉള്ള സ്ഥലത്തെത്തി പറഞ്ഞു.

"അതു കഴിഞ്ഞു."

മരിയുസിന്റെ മനസ്സിൽ നേരിയ ദു:ഖം പടർന്നു കയറി.

ഒരു രാജ്യത്തിന്റെ കവിത അഭിവൃദ്ധിക്കുള്ള ആദികാരണമാണ്.

വയറിനു വേണ്ടി ഫ്രാൻസ് വളരെ കുറച്ചേ ചിന്തിക്കാറുള്ളൂ. ആദ്യം ഉണരാനും അവസാനം ഉറങ്ങാനും അതാണു വേണ്ടത്.

ഫ്രാൻസ് ഒരു കലാശാലയാണ്. തത്വജ്ഞാനിയാണ്. കലാകുശലായവർ വിശ്വസിക്കാവുന്നവരാണ്. സൗന്ദര്യം സത്യത്തിന്റെ ഏറ്റവും ഉയർച്ചയും. ആദർശം ന്യായത്തിന്റെ ഉയർച്ചയുമാണ്.

സൗന്ദര്യത്തെ സ്നേഹിക്കുമ്പോൾ വെളിച്ചത്തെ കാണുന്നു. അതുകൊണ്ടാണ് പരിഷ്ക്കാരത്തിന്റെ പറുദീസയായി ഫ്രാൻസ് മാറിയത്.

ജഢപദാർത്ഥവും നിമിഷവും ആവശ്യവും വയറുമുള്ളപ്പോൾ വയറിന്റെ കാര്യം മാത്രം ശരിയെന്ന് വിചാരിക്കരുത്.

നമ്മുടെ നിലവിളികളിലധികവും നമ്മുടെ ചിന്തകളാണ്. ഈ യാത്ര തിന്മയിൽ നിന്നും നന്മയിലേക്കുള്ളതും അന്യായത്തിൽ നിന്നു ന്യായത്തിലേക്കുള്ളതും രാത്രിയിൽ നിന്നും പകലിലേക്കുള്ളതും നരകത്തിൽ നിന്നു സ്വർഗ്ഗത്തിലേക്കുള്ളതുമാണ്.

പെട്ടെന്ന് ഒരു കൊടുങ്കാറ്റു പോലെയാണ് ആക്രമണം ഉണ്ടായത്.

ആയുധശക്തി അതിന്റെ മൂടുപടം നീക്കി. പീരങ്കികൾ അലറി. സൈന്യം വഴിക്കോട്ടയുടെ നേർക്ക് അടിച്ചു കയറി. വഴിക്കോട്ടയിൽ നിന്നും തുടർച്ചയായി വെടിയുതിർന്നു.

വഴിക്കോട്ടയുടെ ഒരറ്റത്ത് ആൻഷോൽരായും മറ്റേയറ്റത്ത് മരിയുസ്സും ഉണ്ട്. ധീരതയ്ക്ക് മാത്രം നിലനിൽക്കാൻ കഴിയുന്ന അവസരമാണ്. മനുഷ്യശരീരം കാണുമ്പോൾ വെടിയുണ്ട ചീറിപ്പായുന്നു. മരിയുസ് ഒട്ടും ഭയമില്ലാതെ നിലയുറപ്പിച്ചു.

ഒരാക്രമണത്തിനു പിന്നാലെ മറ്റൊന്ന്. സ്ഥിതി ഭയങ്കരമായി നിലനിൽക്കുകയാണ്.

വഴിക്കോട്ടയിലെ സമരഭടന്മാർ ക്ഷീണിച്ചു. ഉടുപ്പുകളൊക്കെ പിഞ്ഞിപ്പോയി. ഇരുപത്തിന്നാലു മണിക്കൂറായി ഭക്ഷണമില്ലാതായിട്ട്. ഉറങ്ങാൻ കഴിയുന്നില്ല. ഏതാണ്ടെല്ലാവരും മുറിവേറ്റവരായിരിക്കുന്നു. ആയുധങ്ങളും അവസാനിക്കാറായി.

മരിയുസിന്റെ മേൽ ആകെ മുറിവാണ്. തലയിൽ കാര്യമായ മുറിവുണ്ട്. ചോരപടർന്ന് മുഖം വ്യക്തമല്ല.

ആൻഷോൽരായ്ക്ക് വെടികൊണ്ടിട്ടില്ല.

പീരങ്കിയാക്രമണത്തിൽ വഴിക്കോട്ടയുടെ മധ്യഭാഗം തകർന്നു.

മരിയുസ് പുറത്തുനിന്നു. ഒരു വെടിയുണ്ട അവന്റെ തോളെല്ലിനു കൊണ്ടു. അയാൾക്ക് ബോധക്ഷയം വന്നു. ഒരു ശക്തിയുള്ള കൈ അവനെ പിടിച്ചു. ചെറിയബോധത്തിൽ അയാൾ പറഞ്ഞു.

“ഞാൻ തടവിലായി. എന്നെ കൊല്ലൂ.”

പട്ടാളക്കാർ വഴിക്കോട്ടയിലേക്കു കുതിച്ചു. പിടിച്ചു നിൽക്കാനാവാതെ എല്ലാവരും ഓടിമറയുകയാണ്. ആൻഷോൽരാ മാത്രം ബാക്കിയായി.

ആൻഷോൽരായുടെ കൈയിൽ തോക്കില്ല, വാളില്ല, അപ്പോഴും നിർഭയനായിനിൽക്കുന്ന ചെറുപ്പക്കാരനെ നോക്കി സൈന്യം അലറി.

“അവനാണ് നേതാവ്. അവനെ വെടിവച്ചു കൊല്ലണം.”

കൈരണ്ടും കെട്ടി മാറു കാണിച്ചു കൊണ്ട് സൗമ്യനായി ആൻഷോൽരാ പറഞ്ഞു.

“എന്നെ വെടിവയ്ക്കൂ.”

ആൻഷോൽരാ ധീരനായി മരണത്തെ എതിരേറ്റപ്പോൾ സൈന്യം പോലും ഞെട്ടിപ്പോയി. പെട്ടെന്ന് ലഹള നിശബ്ദമായി.

അയാളുടെ നേരെ ഉന്നം പിടിച്ചു നിന്ന പട്ടാളക്കാരൻ തോക്കു താഴ്ത്തിപറഞ്ഞു.

“ഒരു പൂവിനെ വെടിവയ്ക്കുന്നതു പോലെയാണ് എനിക്കു തോന്നുന്നത്.”

ഒരുദ്യോഗസ്ഥൻ ചൊടിച്ചുകൊണ്ടു പറഞ്ഞു.

“എന്താണിത് വേഗം ഉന്നം വയ്ക്കൂ.”

ഒരു മേലധികാരി അതു തടഞ്ഞിട്ട് ആൻഷോൽരായോടു ചോദിച്ചു.

“കണ്ണുകെട്ടണമോ?.....”

“വേണ്ട. പീരങ്കിപട്ടാളത്തിലെ സാർജന്റിനെ കൊന്നതു നിങ്ങളാണോ?”

“അതെ.”

മേലധികാരികൾ പിന്നെ അമാന്തിച്ചില്ല. എട്ടു വെടിയുണ്ടകൾ ഏറ്റു വാങ്ങിയശേഷമാണ് ആൻഷോൽരാ താഴെ വീണത്.

ഴാങ് വാൽ ഴാങ് അവിടെയെവിടെയും ഉണ്ടയിരുന്നില്ല. വീണവരെ എടുത്ത് കൊണ്ട് പോവുക, ശുശ്രൂഷിക്കുക, മറ്റുള്ളവരെ സഹായിക്കുക എന്നിങ്ങനെയുള്ളത് ചെയ്യാൻ ഴാങ് മാത്രമാണ് അവിടെയുണ്ടായിരുന്നത്.

മരിയുസിന് വെടിയേറ്റപ്പോൾ ഓടിയെത്തി പിടിച്ചതും ഴാങ് ആണ്.

മരിയുസിനെയും കൊണ്ട് അയാൾ വഴിക്കോട്ടയുടെ മുറ്റം കടന്നു. കൊരിന്ത് എടുപ്പിന്റെ മൂലക്കലേക്ക് എടുത്തു കൊണ്ടുപോയി.

ആരും അത് കണ്ടില്ല. അയാൾ മരിയുസിനെ താഴത്തിറക്കി. വഴിക്കോട്ട കടന്നുപോവുക സാധ്യമല്ല. പുറത്തു കണ്ടാൽ പട്ടാളം വെടിവയ്ക്കും പുറത്തേക്ക് പോകുവാൻ വഴിയൊന്നും കാണാതെ ഴാങ് വാൽഴാങ് വിഷമിച്ചു.

അയാൾ മുന്നിലുള്ള വീട് സൂക്ഷിച്ചു നോക്കി ഒരിരുമ്പഴി വാതിൽ കണ്ടു. അതു വലിച്ചുതുറന്ന് രക്ഷപ്പെടാമെന്ന് ഴാങ് കണക്കുകൂട്ടി. മരിയൂസിന് ബോധം തെളിഞ്ഞിട്ടില്ല. അവനെ ചുമലിലേറ്റി ശരീരത്തോടു കെട്ടി ഒരു ഭാണ്ഡം പോലെയാക്കി അയാൾ ഒരുകുതിപ്പിന് വാതിൽക്കലെത്തി. ആ വാതിൽവലിച്ചു ഴാങ് അതിനുള്ളിൽ കടന്നു പാരീസിലെ ഓവു ചാലുകളിലേക്കാണ് അതു ചെന്നുചേർന്നത്. അതു പക്ഷെ അയാൾക്ക് മനസ്സിലായില്ല.

വല്ലാത്ത ഇരുട്ട്. മുകളിൽ എന്തൊക്കെയോ ഒച്ചയുണ്ട്. ഗുഹപോലെ തോന്നുന്നു. കാലിനടിയിൽ നല്ല ഉറപ്പുണ്ട്. എങ്കിലും ചളിയുണ്ട്, വഴുതുന്നു, കൈനീട്ടി രണ്ടുവശവും തൊട്ടു നോക്കി. വഴി ഇടുങ്ങിയതാണ്. വളരെ ശ്രദ്ധിച്ച് കാൽ മുന്നോട്ടു വച്ചു. വല്ലാത്ത ദുർഗന്ധമാണ് ഏറെ ബുദ്ധിമുട്ടിച്ചത്.

കുറച്ച് നടന്നപ്പോഴേക്കും ഒരു പഴുതിലൂടെ അൽപം വെളിച്ചം കടന്നു വന്നു. ഓവുചാൽ ഴാങ് വാൽഴാങ് പരിചയപ്പെട്ടു. കുറച്ചു ദൂരെ, ഒരു ചുമർ പഴുതിലൂടെയുള്ള വെളിച്ചവും തീർന്നു. വേഗം നടന്നില്ലെങ്കിൽ ഓവുചാലിൽ തന്നെ മരിച്ചു വീഴുമെന്ന് അയാൾ വിചാരിച്ചു.

അവനവനെത്തന്നെ കുഴിച്ചുമൂടുന്നതുപോലെയാണ് ആ ഗുഹയിലൂടെയുള്ള നടത്തം. കുറച്ചു കൂടി മുന്നോട്ടു പോയപ്പോൾ ഓവുചാൽ രണ്ടുഭാഗത്തേക്ക് പിരിയുന്നു. ഏതിലൂടെ പോയാലാണ് പുഴയിലെത്തുക എന്ന് അറിയാൻ പറ്റില്ല.

ഴാങ് വാൽഴാങിന് ഒരു ബുദ്ധി തോന്നി. താഴ്ചയുള്ള ഭാഗമായിരിക്കും പുഴ. രണ്ടുഭാഗത്തും നടന്നു നോക്കി. ഇടത്തോട്ടുള്ള വഴിയിലൂടെയാണ് പോകേണ്ടതെന്ന് അയാൾ മനസ്സിലാക്കി. കുറച്ചുകൂടി നടന്നാൽ സെയിൽനദിയുടെ അഴിമുഖത്തേക്ക് എത്തിച്ചേരുമെന്നയാൾ വിശ്വസിച്ചു.

പകൽ സമയം അവിടെ ആളുകൾ കാണും. പോലീസു വരും, തടവിലാവും. വേണ്ട ഴാങ് വലത്തോട്ട് ഓവുചാലിലൂടെ നടന്നു കയറി.

വെളിച്ചം കെടുമ്പോൾ കണ്ണുപൊട്ടനെ പോലെ നടന്നു.

മരിയുസിന്റെ കവിൾ അയാളുടെ കവിളിൽ തൊട്ടിരുന്നു. രക്തം പുരണ്ടിരുന്നത് കൊണ്ട് അത് ഒട്ടിപ്പിടിച്ചു. ഒരു ചൂടുള്ള നീരൊഴുക്ക് മരിയുസിൽനിന്നും പുറപ്പെട്ടതായി ഴാങ് വാൽഴാങ് അറിഞ്ഞു. അവന്റെ വായ അയാളുടെ ചെവിക്കടുത്തായിരുന്നു. വായിൽനിന്നും നേരിയൊരു ശബ്ദമുണ്ട് അവൻ മരിച്ചിട്ടില്ലയെന്നും ശ്വസിക്കുന്നുണ്ടെന്നും അത് സൂചിപ്പിച്ചു.

തലേ ദിവസംപെയ്ത മഴയുടെ വെള്ളം അപ്പോഴും ഓവു ചാലിൽ ഉണ്ടായിരുന്നു. അധികം നനയാതിരിക്കാൻ ചുമരിനോട് മുട്ടിയാണ് നടന്നത്.

സാങ്ദെനിയുടെ അടിയിലാണ് ഉള്ളതെന്ന വിശ്വാസത്തിലാണ് വഴിയും പുറത്തെത്തുന്ന സ്ഥലവുമൊക്കെ ഴാങ് വാൽ ഴാങ് കണക്കാക്കിയിരുന്നത്. അതുപക്ഷെ ശരിയല്ലായിരുന്നു. ചുമർ തൊട്ടു ശ്രദ്ധിച്ചെങ്കിൽ അത് സാങ്ദെനിയല്ലെന്ന് തിരിച്ചറിയാമായിരുന്നു. ഴാങിന് അതു സാധിച്ചില്ല.

ഉൽക്കണ്ഠ ഉണ്ടായിരുന്നെങ്കിലും ഒന്നും കാണാതെ ശാന്തനായി ഴാങ് മുന്നോട്ടു നീങ്ങി.പെട്ടെന്ന് ഒരത്ഭുതം സംഭവിച്ചു. അയാൾ മേൽപ്പോട്ടല്ല താഴോട്ടാണ് പോകുന്നതെന്ന് മനസ്സിലായി. ചെറുപുഴയിലുള്ള വെള്ളം മുന്നിലേക്കാണ് ഒഴുകുന്നത് സെയിൻനദിയിലേക്കാണ് ചെന്നുചേരുന്നതെങ്കിൽ അപകടം ഉറപ്പായി. തിരിച്ചുപോവുക സാധ്യവുമല്ല. അയാൾ മുന്നോട്ടു തന്നെ കാലുകൾവച്ചു. വഴികൾ വേർപിരിയുന്നിടത്ത് വീതികുറവാണെന്ന് തോന്നിയാൽ അയാൾ വീതി കൂടുന്ന ഭാഗം തെരഞ്ഞെടുത്ത് മുന്നോട്ടു നടന്നു. എത്ര സമയമായി നടക്കുന്നതെന്ന് കണക്കു കൂട്ടാനായില്ല. വിശ്രമമില്ലാതെയുള്ള നടത്തത്തിന് രക്ഷപ്പെടുക എന്ന ഒരൊറ്റ ലക്ഷ്യം മാത്രേ ഉണ്ടായിരുന്നുള്ളൂ.

പെട്ടന്നാണ് മുന്നിൽ നിഴൽ കണ്ടത്. നേർത്തതും വ്യക്തമല്ലാത്തതുമാണ്. ഴാങ് അമ്പരന്നുപോയി. അയാൾ തിരിഞ്ഞു നോക്കി.

പോലീസിന്റെ വിളക്കിൽ നിന്നുള്ള വെളിച്ചമാണത്. കുറേ രൂപങ്ങൾ ആ വെളിച്ചം വന്ന സ്ഥലത്ത് ഇളകുന്നതായികാണാം.

ഓവുചാൽ പരിശോധിക്കാൻ കൽപന കിട്ടിയിരുന്നു. തോറ്റോടുന്നവർ ഓവുചാലിൽ രക്ഷപ്പെട്ടേക്കാമെന്ന് പോലീസ് മേലധ്യക്ഷന്മാർ സംശയിച്ചിരുന്നു.

ഓവുചാലിൽ നടക്കുന്ന ശബ്ദം കേട്ടാണ് റാന്തലുമായി പോലീസുകാർ പരിശോധിച്ചത്. ഴാങ് കുറേ ദൂരത്തായിരുന്നു.

അയാൾ അനങ്ങാതെ നിന്നു. പാറാവുകാർ ചെവി യോർത്തു. ഒച്ചയൊന്നും കേൾക്കുന്നില്ല. ഓവുചാലിലെ തിരച്ചൽ വെറുതെയായെന്ന് പാറാവുകാർ തീരുമാനിച്ചു.

മുകളിലത്തെ ഒച്ച നിന്നപ്പോൾ ഴാങ് വീണ്ടും നടന്നുതുടങ്ങി. ഇടയ്ക്ക് ഓവുചാലിന്റെ ഉയരം കുറഞ്ഞുവന്നു. അയാൾ നടക്കാൻ വല്ലാതെ പ്രയാസപ്പെട്ടു. ദാഹവും വിശപ്പും ഉണ്ട്. ശരീരം തളരുന്നു. ചുമലിലുള്ള ഭാരം കൂടി വരുന്നു.

ഓവുചാലിൽ എലികൾ ഉണ്ടായിരുന്നു അവ പാഞ്ഞുപോകുന്നതിനിടയിൽ ഒന്നു അയാളുടെ കാലിൽ കടിച്ചു.

ഓവുചാൽ വലുതായി, കൈകൾ കൊണ്ട് ഭിത്തികൾ തൊടാനെത്തുന്നില്ല. ഉയരവും കൂടുതലാണ്. സൗകര്യമായി നിൽക്കാൻ കഴിഞ്ഞപ്പോൾ മരിയൂസിനെ താഴെ ഇറക്കി വച്ചു. ഒരു പഴുതിലൂടെ വന്ന വെളിച്ചത്തിൽ അവന്റെ ശരീരത്തിലെ രക്തക്കറ കണ്ടു. കഴിയുന്നത്ര തുടച്ചു വൃത്തിയാക്കിയതിനുശേഷം വീണ്ടും നടത്തമാരംഭിച്ചു.

നടന്നു നടന്നു ഇരുട്ടിന്റെ കനം വർദ്ധിച്ചു. അന്ധകാരം ഭയങ്കരമായിട്ടും നടത്തം നിർത്തിയില്ല.

കാലിൻ ചുവട്ടിൽ ചളി മാത്രമായി. കാലുകൾ എളുപ്പത്തിൽ നീക്കിവയ്ക്കാൻ കഴിയുന്നില്ല.

തലേദിവസത്തെ മഴകാരണം ഉണ്ടായ ചേർക്കുഴിയിലാണിപ്പോൾ ഴാങ് ഉള്ളത്.

മരിയുസ് മരിക്കുകയായിരിക്കാം, ഴാങ് ക്ഷീണിച്ചുമിരിക്കുന്നു.

വെള്ളം ഓവുചാലിൽ വർദ്ധിച്ചുകൊണ്ടിരിക്കുകയാണ്. മുട്ടോളമുള്ള ചളിയും വെള്ളവും ചുമലുവരെയായി. മരിയുസിനെ തലയ്ക്കുമുകളിൽ ഉയർത്തിപ്പിടിച്ചു.

വെള്ളം കൂടിവരികയാണ് ശ്വാസംതന്നെ പ്രയാസമായി. അയാൾ പിന്നെയും താഴുകയാണ്. മരിയുസിന്റെ തൂങ്ങുന്ന തലയുടെയും കരുവാളിച്ച മുഖത്തിന്റെയും മീതേ ഒരു നേരിയ വെളിച്ചം തട്ടി ഒന്നു പിടഞ്ഞു നോക്കി. രക്ഷപ്പെടാൻ കഴിയില്ലെന്നു തന്നെ ഴാങ് വിചാരിച്ചു.

അടുത്ത കാൽവെയ്പ് ഉറപ്പുള്ള എന്തിലോ ആയിരുന്നു. ഒരു താങ്ങുകിട്ടിയ സന്തോഷത്തിൽ അയാൾ നിവർന്നു നിന്നു.

ഒരു നിമിഷത്തെ വിശ്രമം.

അയാൾ അടുത്ത കാൽവെച്ചത് ഉയർന്നൊരു കല്ലിലായിരുന്നു. മേൽപ്പോട്ട് കയറാൻ വല്ലാത്ത പ്രയാസം. ഒരു പടി കയറുമ്പോൾ ചുമരിൽ

ചാരി നിൽക്കണമെന്നു തോന്നും അത്രയും ക്ഷീണിച്ചിരിക്കയാണ്.

അയാൾ തലയുയർത്തി നോക്കി. കുറേ ദൂരെ ഒരു വെളിച്ചം കണ്ടു അത് പകൽ വെളിച്ചമാണ്. ഴാങ് വാൽഴാങ് പുറത്തേക്കു കടക്കാനുള്ള വഴികണ്ടു.

അയാൾക്കു ക്ഷീണം തോന്നാതായി. മരിയുസ് ഒരു ഭാരമേ അല്ലാതായി. കാലുകൾ ഉരുക്കു കൊണ്ടുള്ളതായി അയാൾ ഓടുകയായിരുന്നു.

ഒരു കുഴലിന്റെ ഉള്ളുപോലെ ആ തുരങ്കവഴി അവസാനിച്ചു. ഴാങ് ആ പുറത്തേക്കുള്ള പഴുതിലെത്തി.

അവിടെ കനത്ത ഒരു ഇരുമ്പഴി വാതിലുണ്ട്. അത് വലിയൊരു പൂട്ടിട്ടു പൂട്ടിയിരിക്കുകയാണ്.

തുറന്നുകിട്ടിയാൽ സ്വാതന്ത്ര്യമാണ്. രക്ഷപ്പെട്ടു പോകുവാൻ പറ്റിയ സ്ഥലം. ഈച്ചകൾ ഇരുമ്പഴികൾക്കിടയിലൂടെ അകത്തേക്കും പുറത്തേക്കും പറക്കുന്നുണ്ട്.

നിലവറയിലെ നനയാത്ത ഒരു സ്ഥലത്ത് മരിയുസിനെ ചുമലിൽ ചാരി നിർത്തി.

രണ്ടു കൈകൊണ്ടും ഇരുമ്പഴിവാതിൽ പിടിച്ചുവലിച്ചു. അത് അനങ്ങുന്നില്ല. ഓരോ അഴിയും പിടിച്ചു വലിച്ചുനോക്കി. രക്ഷയില്ല. ഇതുവരെ ചെയ്ത പ്രയത്നമെല്ലാം വെറുതെയാവുകയാണ്.

ഴാങ് നിലത്തിരുന്നുപോയി.

അയാളുടെ മനസ്സിൽ കൊസെത്തിനെകുറിച്ചുള്ള ദു:ഖമായിരുന്നു, അപ്പോൾ.

ഴാങ് വാൽ ഴാങിനു സ്വപ്നം കാണുകയാണെന്നു തോന്നി.

ഒരു മനുഷ്യൻ അയാളുടെ മുമ്പിൽ നിൽക്കുന്നു. അയാളെ പരിചയമുള്ളതായി ഴാങിനു തോന്നി. ഓർത്തു നോക്കിയപ്പോൾ മനസ്സിലായി. അതു തെനാർദിയെറായിരുന്നു. അയാൾ ഇരുമ്പുവാതിലിനു പുറത്താണ്. തെനാർദിയാർ ചോദിച്ചു.

“പുറത്തു കടക്കണോ?..”

“വേണം.”

“എന്നാൽ പകുതി പങ്ക് തരണം. താക്കോൽ എന്റെ കൈയിലാണ്.”

“എന്തിന്റെ പകുതിയാണ്?..”

“നിങ്ങൾ അയാളെ കൊന്നു. അയാളുടെ കീശയിൽ ഉണ്ടായതിന്റെ പകുതി എനിക്കു തരാമെന്ന് ഉറപ്പു തരൂ. വാതിൽ തുറക്കാം.”

ഴാങ് വാൽ ഴാങിനു മിണ്ടാൻ കഴിഞ്ഞില്ല.

തെനാർദിയെർ എന്തോ തകരാറുള്ളതുപോലെയാണ് സംസാരിക്കുന്നത്.

ഴാങ് കുപ്പായം അഴിച്ച് അയാൾക്കു കൊടുത്തു. ഉള്ളതെല്ലാം എടുത്തുകൊള്ളട്ടെ എന്നായിരുന്നു വിചാരിച്ചത്. കീശകളിൽ കയ്യിട്ട് കിട്ടിയ കുറച്ചു പണം എടുത്ത് തെനാർദിയെർ പറഞ്ഞു.

"ചെറിയ വിലക്കാണല്ലോ നിങ്ങൾ അയാളെ കൊന്നുകളഞ്ഞത്."

തെനാർദിയാർ താക്കോലെടുത്ത് പൂട്ടുതുറന്നു.

"ങ് ഉം.. പോയാട്ടെ."

മരിയുസിനെ ചുമലിലേറ്റാൻ തെനാർദിയർ സഹായിച്ചു. അത് ഴാങ് വാൽ ഴാങ് ആണെന്ന് തെനാർദിയയ്ക്കു മനസ്സിലായിട്ടില്ലായിരുന്നു.

ഴാങ് പുഴവക്കത്തെത്തി.

അയാൾ മരിയൂസിനെ പുഴക്കരയിൽ കിടത്തി.

സായംകാലം അപാരതയുടെ എല്ലാ മനോഹാരിതയും ഒരുമിച്ചു പെയ്യുന്ന സമയം.

അയാൾ പുഴയിൽനിന്നും വെള്ളം കൊണ്ടുവന്ന് മരിയൂസിന്റെ മുഖത്തു തളിച്ചു. അയാൾ കണ്ണുതുറന്നില്ല. പകുതി തുറന്ന വായിലൂടെ ശ്വസിക്കുന്നുണ്ടായിരുന്നു.

വീണ്ടും പുഴയിൽ നിന്ന് വെള്ളമെടുക്കാൻ ശ്രമിക്കുമ്പോൾ ആരോ പിന്നിലുണ്ടെന്നു തോന്നി. ഒരു സമയം ഴാങ് പരിഭ്രാന്തനായി.

നല്ല ഉയരമുള്ള ഒരാളാണത്. ഴാങ് വാൽഴാങിന് ആളെ മനസ്സിലായി. ഴാവേറാണത്. അയാൾക്ക് ഴാങ് വാൽഴാങിനെ മനസ്സിലായില്ല. അയാൾ ഒട്ടും മയമില്ലാതെ ചോദിച്ചു.

"ആരാണത്?...."

"ഞാൻ,"

"ആരാണ് ഞാൻ?..."

"ഴാങ് വാൽ ഴാങ്,"

ഴാവേർ അടുത്തു വന്നു. രണ്ടു കൈകളും അയാളുടെ ചുമലുകളിൽ വച്ചു.

രണ്ടുപേരുടെയും മുഖം ഏറെ അടുത്തു. ഴാവേറുടെ മുഖം ഒന്നു ചുളുങ്ങി. അയാൾ കൈകൾ വിട്ടു മാറിനിന്നു.

"നിങ്ങൾ ഇവിടെ എന്തു ചെയ്യുന്നു?....ഇയാൾ ആരാണ്?......."

"ഇയാളെപ്പറ്റിയാണ് എനിക്ക് പറയാനുള്ളത്. ഇയാളെ ഗിൽനോർമൻ,

റ്യൂദെഫിൽദ്യുകൽവേർ, ആറാം നമ്പർ വീട്ടിൽ എത്തിക്കണം."

ഴാവേർ മറുപടിയൊന്നും പറഞ്ഞില്ല. വണ്ടിക്കാരനെ വിളിച്ചു.

മരിയുസിനെ പിന്നിലത്തെ ഇരിപ്പിടത്തിൽ കിടത്തി. ഴാങ് വാൽ ഴാങും ഴാവേറും മുന്നിലത്തെ ഇരിപ്പിടങ്ങളിൽ ഇരുന്നു. വണ്ടി വളരെ വേഗത്തിൽ പാഞ്ഞുപോയി.

വണ്ടി ഗിൽനോർമ്മന്റെ വീട്ടിലെത്തുമ്പോൾ രാത്രി ഏറെ വൈകിയിരുന്നു.

ഴാവേർ ആദ്യം ഇറങ്ങി, ഴാങ് വാൽ ഴാങും വണ്ടിക്കാരനും കൂടി മരിയുസിനെ താഴെയിറക്കി.

കാവൽക്കാരൻ ഉറക്കത്തിലായിരുന്നു. ഴാവേർ അയാളെ ഉണർത്തി കാവൽക്കാരൻ വീട്ടിനുള്ളിൽ പോയി വലിയച്ഛനെയും വലിയമ്മയേയും വിളിച്ചു കൊണ്ടുവന്നു.

ഒരു സോഫമേൽ മരിയുസിനെ കിടത്തി.

കാവൽക്കാരൻ വൈദ്യനെ വിളിക്കാൻ പോയി. ഴാങ് വാൽ ഴാങും ഴാവേറും വീട്ടിൽനിന്നിറങ്ങി.

"ഇൻസ്പെക്ടർ ഴാവേർ, എനിക്കൊന്നു വീട്ടിൽ പോകണം."

ഴാവേർ വണ്ടിക്കാരനെ വിളിച്ചു.

"ദ്യുദ്ലോം അർമേയിൽ ഏഴാം നമ്പർ വീട്."

കൊസെത്തിനോട് മരിയുസിനെ കുറിച്ച് പറയണം. അതുകഴിഞ്ഞാൽ അവസാനത്തേക്കുള്ള ചിലതൊക്കെ ചെയ്യേണ്ടതുണ്ട്. അത്രയേ ഴാങ് ഇപ്പോൾ ആഗ്രഹിക്കുന്നുള്ളൂ.

വീടിനടുത്തെത്തി വണ്ടിയിൽ നിന്നും രണ്ടു പേരും ഇറങ്ങി. വണ്ടിക്കൂലി നൽകിയത് ഴാവേറാണ്.

"ശരി അകത്തേക്കു ചെല്ലൂ. ഞാനിവിടെ കാത്തു നിൽക്കാം."

ഴാങ് അകത്തു കയറി ജനൽ തുറന്നു കാറ്റു കിട്ടാൻ വേണ്ടി തലയൊന്നു പുറത്തേക്കിട്ടു. അയാൾ വിസ്മയിച്ചു പോയി. ഴാവേർ അവിടെ ഉണ്ടായിരുന്നില്ല.

ഴാവേർ ആദ്യമായി തലയും താഴ്ത്തി നടന്നു. അയാൾ സെയിൻ നദിയിലേക്കുള്ള എളുപ്പവഴിയിലൂടെയാണ് പോയത്. സെയിൻ നദിയിൽ ചതുരത്തടാകമായിട്ടുള്ള ഒരു ഭാഗത്ത് ഴാവേർ എത്തിച്ചേർന്നു. ഭയങ്കരമായ ഒഴുക്കുള്ള ആ ഭാഗം നദിയിലൂടെ കപ്പലോടിക്കുന്നവർ എപ്പോഴും ഭയപ്പെട്ടിരുന്നു. അവിടെ എന്തു വീണാലും പൊന്തിവരികയില്ല.

ഴാവേർ പരിഭ്രാന്തനായിരുന്നു. അയാൾ സ്വന്തം പ്രവർത്തികളെ

വിചാരണ ചെയ്തു.

ബന്ധനത്തിൽ നിന്നും മോചിപ്പിച്ച ഴാങിനെ സ്വതന്ത്രനാക്കി പ്രത്യുപകാരം ചെയ്തു കഴിഞ്ഞു.

ഒരു പോലീസ് ഉദ്യോഗസ്ഥൻ ചെയ്യാൻ പാടില്ലാത്തതാണ് ചെയ്തിരിക്കുന്നത്. ഴാവേർ കൂടുതൽ അസ്വസ്ഥനായി. തിരിച്ചുപോയി ഴാങ് വാൽ ഴാങിനെ പിടിച്ചു കൊണ്ടുവന്ന് തടവിലാക്കുകയാണ് ചെയ്യേണ്ടത്. അതു ചെയ്യാൻ ഴാവേറിനു കഴിയില്ല.

മൊസ്യു മദലിയൻ മുതൽ കഴിഞ്ഞ നിമിഷം വരെയുള്ള ഴാങിന്റെ പ്രവർത്തികൾ ഴാവേറിന്റെ മനസ്സിലൂടെ കടന്നു പോയി. ഉറച്ച ഒരു തീരുമാനത്തിലെത്താൻ ഴാവേറിനു കഴിയില്ല.

ഴാവേർ സ്റ്റഷനിലേക്കു നടന്നു. അവിടെ പോലീസുദ്യോഗസ്ഥർ ഉണ്ടായിരുന്നു. ഴാവേർ ഒരു കടലാസ്സെടുത്ത് എഴുതി.

“പോലീസിന്റെ ഉപയോഗത്തിനു ചില അഭിപ്രായങ്ങൾ.”

കുറ്റം ചെയ്തവരോടും ജയിലിലുള്ളവരോടും മറ്റുള്ള വരോടും നന്നായി പൊരുമാറേണ്ടതിന്റെ ആവശ്യകതകൾ കുറിച്ചു വെച്ചു. അടിയിൽ പേരെഴുതി ഒപ്പിട്ടു. അത് മടക്കി മേശമേൽ വച്ചു.

ഴാവേർ സ്റ്റേഷനിൽ നിന്നിറങ്ങി.

അർദ്ധരാത്രിയാകാറായി. എല്ലാടവും നിശബ്ദമാണ്. ഴാവേർ സെയിൻനദിക്കരയിലെത്തി. ചതുരത്തടാകത്തിന്റെ മുകളിലെ പാലത്തിലാണ് ഴാവേർ നിൽക്കുന്നത്. വെള്ളം അലറിക്കുതിക്കുകയാണ്.

ഴാവേർ തൊപ്പി അഴിച്ച് പാലത്തിൽ വെച്ചു. അധികം താമസിച്ചില്ല. വെള്ളത്തിലേക്ക് എടുത്തു ചാടി. അയാളെപ്പറ്റി പിന്നെയൊന്നും അറിയില്ല.

വളരെ ദിവസങ്ങളായി. മരിയുസ് മരിക്കുകയോ ജീവിക്കുകയോ ചെയ്യാത്ത ഒരവസ്ഥയിലാണ്. ഒരു പനി വിടാതെ പിടികൂടിയിട്ടുണ്ട്. മുറിവുകളിൽ നിന്ന് ചലം വരുന്നത് അപകടമാണെന്നാണ് വൈദ്യൻ പറഞ്ഞത്.

നാലുമാസം കഴിഞ്ഞപ്പോൾ വൈദ്യന് ആത്മവിശ്വാസം വന്നു. പിന്നെയും രണ്ടുമാസം ചാരുകസേരയിൽ മലർന്നു കിടന്നു കഴിച്ചുകൂട്ടി.

മരിയുസിനെ പറ്റി ഇനി ഭയപ്പെടാനില്ലെന്ന് വൈദ്യൻ പറഞ്ഞ ദിവസം വലിയച്ഛൻ പാട്ടു പാടി നൃത്തം ചെയ്തു.

മരിയുസ് എഴുന്നേറ്റ് നടക്കാറായി. വലിയച്ഛന് ഉത്സാഹം വർദ്ധിച്ചു. അയാൾ ഒരു കുട്ടിയെപ്പോലെയായി.

ഒരു ദിവസം മരിയുസ് വലിയച്ഛനോട് പറഞ്ഞു.

"എനിക്ക് കല്യാണം കഴിക്കണം."

"സമ്മതം തന്നെ." വലിയച്ഛൻ പൊട്ടിച്ചിരിച്ചു.

"എങ്ങനെ സമ്മതം?"

"നീ പറഞ്ഞതുപോലെ സമ്മതം."

മരിയുസിന് വിശ്വസിക്കാൻ കഴിഞ്ഞില്ല.

"അതേടോ......നീ വിചാരിച്ച പെൺകിടാവിന്റെ അച്ഛൻ എല്ലാ ദിവസവും ഇവിടെ വന്ന് വിവരം അന്വേഷിച്ചു പോകാറുണ്ട്. നിന്റെ മുറിവിൽ മരുന്നു വച്ചു കെട്ടാനുള്ള പഞ്ഞി ആ പെൺകുട്ടി ഉണ്ടാക്കുന്നതാണ്."

മരിയുസ് സന്തോഷിച്ചു. ആ മുഖത്ത് ഒരു പുഞ്ചിരി വിരിഞ്ഞു.

ഴാങ് വാൽ ഴാങും കൊസെത്തും കൂടി മരിയുസിന്റെ വീട്ടിൽ വന്നു.

എല്ലാവർക്കും സന്തോഷമായി.

മരിയുസ് ചാരുകസേരയിൽ ഇരിക്കുകയായിരുന്നു. അടുത്തു തന്നെ കൊസെത്ത് വന്നിരുന്നു. അവർ തമ്മിൽ സംസാരിച്ചു.

മരിയൂസിന്റെ വലിയച്ഛൻ ഴാങിന്റെ അടുത്തു ചെന്നു.

"മരിയുസിനു വേണ്ടി ഞാൻ നിങ്ങളുടെ മകൾ കൊസെത്തിനെ കല്യാണത്തിന് അപേക്ഷിക്കുന്നു"

ഴാങ് സമ്മതിച്ചു.

വല്യച്ഛൻ മരിയുസിന്റെയും കൊസെത്തിന്റെയും കൈകൾ ചേർത്തു പിടിച്ചു.

ഴാങ് സൂക്ഷിച്ചുവെച്ച പണം കൊണ്ടുവന്നിരുന്നു. അയാൾ അത് മേശമേൽ വച്ചു. അഞ്ചുലക്ഷത്തി എൺപത്തി നാലായിരം ഫ്രാങ്കാണ്.

വൈദ്യനോടാലോചിച്ച് വിവാഹസമയം നിശ്ചയിച്ചു.

എല്ലാ പ്രയാസങ്ങളും ഒഴിഞ്ഞതായി ഴാങ് വിശ്വസിച്ചു.

മരിയുസ്സും കൊസെത്തും തമ്മിലുള്ള വിവാഹത്തിനു വേണ്ട ഒരുക്കങ്ങളെല്ലാമായി.

ഴാങ് വാൽ ഴാങും കൊസെത്തും മരിയുസിനെ കാണാൻ എല്ലാ ദിവസവും വരുമായിരുന്നു. ഴാങ് മിണ്ടാതിരിക്കുകയേയുള്ളൂ.

വിവാഹത്തിനു മുമ്പു തന്നെ പലരോടുമുള്ള കടപ്പാടുകൾ തീർക്കണമെന്ന് മരിയൂസ് ആഗ്രഹിച്ചു.

യുദ്ധക്കളത്തിൽ വച്ച് അച്ഛനെ രക്ഷിച്ച തെനാർദിയറെ കാണണം. വലിയച്ഛന്റെ അടുത്തെത്തിച്ച അജ്ഞാതനായ മനുഷ്യനെ കണ്ടെ

ത്തണം.

എത്ര അന്വേഷിച്ചിട്ടും ഒരു വിവരവും കിട്ടിയില്ല. ഒടുവിൽ വണ്ടിക്കാരനെ കണ്ടുപിടിക്കാൻ കഴിഞ്ഞു.

ഓവുചാലിൽനിന്നും വീട്ടിലെത്തിയ സംഭവങ്ങളൊക്കെ വണ്ടിക്കാരൻ വിശദീകരിച്ചു. എന്നിട്ടും മരിയുസിനെ താങ്ങി കൊണ്ടുവന്നയാളെകുറിച്ച് ഒന്നും മനസ്സിലായില്ല.

ഒരു ദിവസം കൊസെത്തും ഴാങ് വാൽ ഴാങും ഉള്ള സമയം. മരിയുസ് പറഞ്ഞു.

"ആ മനുഷ്യൻ ആരുതന്നെയായാലും ദൈവമാണ് എനിക്ക്. ഒരു ദേവനെ പോലെയാണ് പ്രത്യക്ഷപ്പെട്ടത് അവിടെ. എന്നെയും കൊണ്ട് ഓവുചാലിലൂടെ എത്ര വിഷമിച്ചാണ് ഇവിടേക്കെത്തിച്ചത്. ഞാൻ ശരിക്കും ശവമായി കഴിഞ്ഞിരുന്നു. എന്നിട്ടും ഉപേക്ഷിച്ചില്ല. ഓരോ കാൽവെയ്പും അപകടമായിരുന്നു. എന്നിട്ടും എന്നെ രക്ഷിക്കാൻ വേണ്ടിയാണ് അദ്ദേഹം ശ്രമിച്ചത്. അദ്ദേഹത്തിനാണെങ്കിൽ ഒരു പ്രതിഫലവും ആവശ്യമില്ല. അദ്ദേഹത്തെ കണ്ടുപിടിക്കാതെ എനിക്കു ജീവിക്കാൻ കഴിയില്ല."

ഴാങ് വാൽ ഴാങ് മിണ്ടാതെയിരുന്നു.

മരിയുസിന്റെയും കൊസെത്തിന്റെയും വിവാഹം 1833 ഫെബ്രുവരി 16ന് ആയിരുന്നു. അന്നു മഴ പെയ്തു.

തലേ ദിവസം തന്നെ പണമൊക്കെ അവരുടെ പേരിലേക്ക് ഴാങ് മാറ്റിക്കഴിഞ്ഞിരുന്നു.

മരിയുസിന്റെ വീട്ടിൽത്തന്നെ ഴാങ് കഴിയെണമെന്നാണ് കൊസെത്ത് ആഗ്രഹിച്ചത്. അദ്ദേഹത്തിനു വേണ്ടി ഒരു മുറി പ്രത്യേകം ഒരുക്കി വെച്ചു. കൊസെത്ത് വളരെ നിർബന്ധിച്ചിട്ടാണ് അയാൾ അവിടെ താമസിക്കാൻ സമ്മതിച്ചത്.

മേയറുടെ ആപ്പീസ്സീൽപോയി ഒപ്പു വെച്ചശേഷം വിവാഹസംഘം പാങ്പോൾ പള്ളിയിലേക്കുപോയി.

കൊസെത്ത് സുന്ദരിയും സുഭഗയുമായിരുന്നു. മരിയുസ് സുഗന്ധം പൂശിയിട്ടുണ്ട്.

ഴാങ് വാൽ ഴാങ് ഒരു പുഞ്ചിരിയോടുകൂടിയാണ് അവരുടെ പിന്നാലെ നടന്നത്.

പള്ളിയിലെ ചടങ്ങുകൾ കഴിഞ്ഞു. മരിയുസും കൊസെത്തും അടുത്തടുത്തിരുന്നപ്പോൾ അവൾ പറഞ്ഞു.

"ഞാൻ മദാം മരിയുസ്സായി."

പള്ളിയിൽനിന്നും വീട്ടിലെത്തുമ്പോൾ ധാരാളം പേർ അവരെ സ്വീകരിക്കാൻ കാത്തു നിന്നിട്ടുണ്ടായിരുന്നു.

ഞാൻ മുമ്പേ ഞാൻ മുമ്പേ എന്നു തിരക്കി എല്ലാവരും അവരുടെ ചുറ്റുംക്കൂടി.

ഭക്ഷണമുറിയിൽ സദ്യ ഒരുങ്ങുന്നുണ്ട്.

മൂന്ന് വീണയും ഒരു പുല്ലാങ്കുഴലും ആസ്ത്രിയൻ ഗായകകവി ഹേദിന്റെ പാട്ടുകൾ കൊണ്ട് തളത്തിൽ സംഗീത മൊരുക്കി.

ഴാങ് ഇരിപ്പുമുറിയിലായിരുന്നു. കൊസെത്ത് പെട്ടെന്നുള്ള ഓർമ്മയിൽ ഓടിവന്ന് അയാളെ കെട്ടിപ്പിടിച്ചു.

"അച്ഛാ......അച്ഛനിപ്പോൾ സന്തോഷമായോ?....."

"ങ് ഉം.. എനിക്ക് തൃപ്തിയായി."

"എന്നാൽ അച്ഛൻ ചിരിച്ചാട്ടെ."

ഴാങ് വാൽ ഴാങ് ചിരിക്കാൻ തുടങ്ങി.

ഭക്ഷണ സമയമായെന്നറിയിച്ച് ആൾ വന്നു. കൊസെത്ത് അങ്ങോട്ടു പോയി. ഉത്സാഹത്തോടെ ഭക്ഷണം കഴിഞ്ഞ് ഓരോരുത്തരും അവരുടെ സ്ഥാനങ്ങളിലേക്കു പോയി.

അവിടുത്തെ തിരക്കിനിടയിൽ ഴാങ് പുറത്തിറങ്ങി. നേരെ നടന്ന് റ്യുദ്ലോം അർമേയിലെത്തി.

അയാൾ വിളക്കു കൊളുത്തി. മുറി തുറന്നു. ഒറ്റയ്ക്ക് നടക്കുമ്പോൾ കാലടികളുടെ ശബ്ദം കേൾക്കുന്നുണ്ട്. കൊസെത്തിന്റെ കിടപ്പുമുറിയിലേക്കു ചെന്നു. കിടക്കാനാളില്ലാത്ത വിധം തുണിയുരുട്ടി വെച്ചിരിക്കുന്നു. തൂസ്സാങ്ങിന്റെ മുറിയിലും കിടക്കയില്ല. അയാളുടെ മുറിയിൽ മാത്രം ഒരാളുടെ വരവും കാത്ത് കിടക്ക ശരിയായിരിക്കുന്നുണ്ട്.

കൊസെത്ത് എപ്പോഴും ശ്രദ്ധിച്ചിരുന്ന പെട്ടിയിലേക്ക് ഴാങ് കുറച്ചു നേരം നോക്കിയിരുന്നു. കൊസെത്ത് മോങ്ഫെർമിയെയിൽ നിന്നു വരുമ്പോൾ കൊണ്ടുവന്നിരുന്ന ഉടുപ്പാണ് അതിലുള്ളത്. അയാൾ പെട്ടി മേശമേൽ എടുത്തുവച്ചു തുറന്നു.

ഒക്കെ ചെറിയ കുപ്പായങ്ങളാണ്. ഴാങ് വാൽ ഴാങ് എല്ലാം എടുത്തു നോക്കി. എല്ലാം ക്രമത്തിൽ വച്ചപ്പോൾ കൊച്ചു കൊസെത്തിന്റെ രൂപം തോന്നിച്ചു.

മോങ്ഫെർമിയെയിലെ വീട്ടിൽ തണുത്തു വിറച്ച് കിടന്ന കൊസെത്തിന് വേണ്ടി വാങ്ങിച്ച ഉടുപ്പുകളാണവ.

അയാളുടെ വെളുത്ത തല ആ ഉടുപ്പുകളിൽ വീണുപോയി. ഴാങ് പൊട്ടിപ്പൊട്ടി കരഞ്ഞു.

മെഴുകുതിരി അണഞ്ഞു.

അയാൾ ഇരുട്ടിൽ ഏകനായി.

വിവാഹത്തിന്റെ പിറ്റേന്ന് ഉച്ചതിരിഞ്ഞ് ഴാങ് വാൽ ഴാങ് മരിയുസിന്റെ വീട്ടിലെത്തി.

വാതിലിൽ മുട്ടുകേട്ടപ്പോൾ ഭൃത്യൻ വന്നു.

"മരിയുസിനെ കാണാനാണ്."

"ഞാൻ വിളിച്ചു കൊണ്ടുവരാം."

ഭൃത്യൻ പോയി മരിയുസിനെ വിളിച്ചു. അവൻ അയാളെ കണ്ട് അത്ഭുതപ്പെട്ടു.

"അച്ഛനായിരുന്നോ!. ഇന്നലെ ഇവിടുന്നും പോയ്ക്കളഞ്ഞല്ലോ. ഇവിടെ അച്ഛന് പ്രത്യേകമായി മുറി ഏർപ്പെടുത്തിയിട്ടുള്ളതല്ലേ. ഇനി ഇവിടെ കഴിഞ്ഞാൽ മതി."

അയാൾക്ക് പെട്ടെന്നു മറുപടിയൊന്നും പറയാൻ കഴിഞ്ഞില്ല. അയാൾ വല്ലാതെ വിളർത്തിരുന്നു. കണ്ണുകൾ കുഴിയിലാണ്ടിരുന്നു. ഉറങ്ങാത്തതുകൊണ്ട് ചുവക്കുകയും ചെയ്തിട്ടുണ്ട്.

"എന്താ അച്ഛനൊന്നും പറയാത്തത്?....."

"എനിക്ക് ചില കാര്യങ്ങൾ അറിയിക്കാനുണ്ട്."

"അതൊക്കെ സാവധാനത്തിലാവാം. ഭക്ഷണമൊക്കെ കഴിഞ്ഞ് ധാരാളം സമയമുണ്ട്."

"അതുപോരാ. പറയാഞ്ഞാൽ എനിക്കു വല്ലാത്ത വിഷമമാണ്. അതിനാണ് ഇപ്പോൾ തന്നെ ഞാനിങ്ങോട്ടു പോന്നത്."

ഴാങ് വാൽ ഴാങ് വല്ലാതിരിക്കുന്നു. എന്ന് മരിയുസിന് മനസ്സിലായി.

"ഞാൻ തടവിൽ നിന്നും പോന്നവനാണ്. പത്തൊമ്പതു കൊല്ലം തണ്ടുവലിശിക്ഷ അനുഭവിച്ചിട്ടുണ്ട്. രണ്ടാമതൊരു കളവു ശിക്ഷയിൽ ജീവപര്യന്തം ശിക്ഷിക്കപ്പെട്ടു. ഇപ്പോ ജയിലിൽ നിന്നു ചാടിപ്പോന്നിരിക്കുകയാണ്."

"നിങ്ങൾ കൊസെത്തിന്റെ അച്ഛനാണ്."

"അല്ല ഞാൻ പറയുന്നത് സത്യമാണ്. സത്യം പറയാനാണ് ഞാനിങ്ങനെ വന്നിട്ടുള്ളത്."

"ഞാൻ നിങ്ങളെ വിശ്വസിക്കുന്നു."

ഴാങ് വാൽ ഴാങ് കൊസെത്തിനെ വളർത്തിയത് മുഴുവൻ വിവരിച്ചു.

ഇതൊന്നും അറിയേണ്ടായിരുന്നു എന്ന് മരിയുസ്സിനു തോന്നി.

"ഇനി നമ്മളെല്ലാം ഒരു കുടുംബമായി പാർക്കുക, ഒരു കുടുംബം."

ആ വാക്കോടുകൂടി അയാൾക്കു ഭ്രാന്തുപിടിച്ച പോലെയായി.

"ഒരു കുടുംബമായി.... ഇല്ല ഞാൻ ഒരു കുടുംബത്തിലേയുമല്ല. ഞാൻ നിങ്ങളുടെ കുടുംബത്തിലെയല്ല തീർച്ച. സ്വന്തം ആളുകൾ ഒരുമിച്ചു പാർക്കുന്നേടത്തെല്ലാം ഞാൻ അനാവശ്യമാണ്. ഞാനൊരു പാപിയാണ്. ആ കുട്ടിയെ വിവാഹം ചെയ്തുതന്നതോടുകൂടി എല്ലാം തീർന്നു. അവൾക്കു സുഖമായി."

ഴാങ് വാൽ ഴാങ് വീണ്ടും പഴയകാര്യങ്ങളൊക്കെ പറഞ്ഞു കൊണ്ടിരുന്നു.

"ഞാനിവിടെ നിൽക്കുന്നത് നിങ്ങളെ കൂടി എന്റെ കുറ്റത്തിൽ പങ്കുകാരാക്കും. വേണ്ട കൊസെത്ത് ദേവസ്ത്രീ. അവളുടെ പുഞ്ചിരിക്ക് ഈ പാപിയുടെ പുഞ്ചിരികൊണ്ട് മറുപടി പറയാനോ.......ഞാൻ ജീവിതത്തിൽ നിന്ന് പുറത്താണ്."

ഴാങ് വാൽ ഴാങ് വേദനയോടെ നെടുവീർപ്പിട്ടു.

"നിങ്ങളൊക്കെ എന്നെ അറിയുന്നത് ഫൂഷൽവാങ് എന്ന പേരിലല്ലേ. ഞാനത് നേടിയത് ഫൂഷൽ വാങിനു ഒരു സഹായം ചെയ്തിട്ടാണ്. പക്ഷെ ഇനിയും ഞാനതു പേറിനടക്കാൻ പാടില്ല. ഞാൻ ഴാങ് വാൽ ഴാങ്. പണ്ടുകാലത്ത് ജീവിച്ചിരിക്കാൻ വേണ്ടി ഞാൻ ഒരു കഷണം അപ്പം കട്ടു. ഇന്നു ജീവിച്ചിരിക്കാൻ വേണ്ടി ഞാൻ ഒരു പേരു കട്ടുകൂടാ..."

മരിയുസ് തടഞ്ഞുകൊണ്ട് പറഞ്ഞു.

"ജീവിച്ചിരിക്കുവാൻ നിങ്ങൾക്ക് ആ പേര് ഇപ്പോൾ ആവശ്യമില്ലല്ലോ..."

"മരിയുസ് നമ്മളെല്ലാം ഒരുമിച്ച് നിൽക്കുന്നിടത്ത് പോലീസ് വന്ന് ഴാങ് വാൽ ഴാങ് എന്ന് ഉറക്കെ വിളിച്ചാൽ നിങ്ങൾക്കെന്തു തോന്നും."

മരിയുസ് നിശബ്ദനായിപ്പോയി.

"അതെ മരിയുസ് ഈ നിൽക്കുന്ന ആൾ ഒരു നിർഭാഗ്യവാനാണ്."

മരിയുസിന് പറയാൻ അവസരം കിട്ടി.

"വലിയച്ഛന് സ്നേഹിതന്മാരുണ്ട്. ഞാൻ നിങ്ങൾക്കു മാപ്പു വാങ്ങിത്തരും."

"അതിനു വലിയ കാര്യമൊന്നുമില്ല. ഞാൻ മരിച്ചുപോയിരിക്കുന്നു. എന്നാണു വിശ്വാസം. മരിച്ചവർക്ക് പോലീസ് അന്വേഷണത്തെ പേടി

ക്കേണ്ടതില്ല. മരിച്ചവർ സാവധാനം ദ്രവിച്ചു പോവും. മരണം മാപ്പു പോലെത്തന്നെയാണ്."

കൊസെത്ത് ഉറക്കമുണർന്ന് അവിടേക്കെത്തി.

ഴാങ് വാൽ ഴാങ് വിറച്ചു പോയി.

"ഞാനും ഇവിടെയിരിക്കയാണ്. നിങ്ങൾ എന്നെ കൂടാതെ എന്തു പറയാനാ...."

മരിയുസ് അവളോട് പോകാനാവശ്യപ്പെട്ടു.

അവിടെയിരിക്കാൻ വേണ്ടി കൊസെത്ത് വളരെയേറെ തർക്കിച്ചു നോക്കി. ഒടുവിൽ അവൾ മുറിയിൽ നിന്നും പോയി.

വാതിൽ ശരിക്കും അടച്ചിട്ടുണ്ടോ എന്ന് നോക്കി വന്നശേഷം അവൻ തനിയെ പറഞ്ഞു.

"സാധു കൊസെത്ത്....അവൾ ഇതൊക്കെ മനസ്സിലാക്കുമ്പോൾ...."

ഴാങ് വാൽ ഴാങ് ശരിക്കും ഞെട്ടിയത് അപ്പോഴാണ്.

"മരിയുസ് എനിക്ക് നിങ്ങളോട് ഒരപേക്ഷയുണ്ട്. കൊസെത്തിനെ ഒരിക്കലും ഇതൊന്നും അറിയിക്കരുത്."

അയാൾ കസേരയിലേക്കു വീണു. മുഖം കൈകൊണ്ടു പൊത്തി. അയാൾ കരയുകയായിരുന്നു.

ശ്വാസം കിട്ടാതെ ഴാങ് കസേരയിൽ മലർന്നു കിടന്നു. കൈകൾ വിടർത്തി.

കണ്ണുനീരു പടർന്ന മുഖം മരിയുസ് കണ്ടു. ഴാങ് പിറുപിറുത്തു.

"എനിക്കു മരിച്ചാൽ മതിയായിരുന്നു."

ഴാങ് എന്തോ പറയാൻ ശ്രമിക്കുന്നുണ്ട്. പറയണോ പറയേണ്ടേ എന്ന് മനസ്സിൽ തർക്കം നടക്കുകയാണ്.

"അപ്പോൾ എല്ലാം കഴിഞ്ഞു. ഒരു കാര്യം മാത്രമുണ്ട് ബാക്കി."

മരിയുസ് ഉത്ക്കണ്ഠയോടെ ചോദിച്ചു.

"എന്താണത്?..."

ശ്വാസമില്ലാതെ ഒച്ചയില്ലാതെ ഴാങ് വാൽഴാങ് വിക്കിപ്പറഞ്ഞു.

"ഞാൻ ഇനി മേൽ കൊസെത്തിനെ കാണാതിരിക്കണമെന്ന് നിങ്ങൾ വിചാരിക്കുന്നുണ്ടോ?.."

"അതായിരിക്കും നല്ലത്."

മരിയുസ് നീരസത്തോടെയാണ് പറഞ്ഞത്.

"ഞാനിനി അവളെ കാണുന്നില്ല."

പിറുപിറുത്തുകൊണ്ട് ഴാങ് വാതിൽക്കലേക്കു നടന്നു.

"കൊസെത്ത് കഴിഞ്ഞ ഒൻപതുകൊല്ലവും എനിക്കു മകളായിരുന്നു. അവളെ കാണാതെ എനിക്കു ജീവിക്കാനാവില്ല. ഇടയ്ക്ക് ഒന്നു കാണാൻ നിങ്ങൾ സമ്മതിക്കുമെന്നു ഞാൻ വിശ്വസിക്കുന്നു. ഞാൻ വരാതിരുന്നാൽ ആളുകൾ സംശയിക്കും."

"നിങ്ങൾ എല്ലാ ദിവസവും വൈകുന്നേരം വന്നുകൊള്ളൂ. കൊസെത്ത് നിങ്ങളെ കാത്തിരിക്കുന്നുണ്ടാവും."

ഴാങ് വാൽ ഴാങ് യാത്ര പറഞ്ഞു.

അങ്ങനെ പറയുമ്പോഴും മരിയുസ് പരിഭ്രമിച്ചിരുന്നു.

ഫൂഷൽവാങ് എന്ന പേരിൽ ഒരു പ്രയാസവുമില്ലാതെ ജീവിക്കാൻ കഴിയുന്ന ഴാങ് എന്തിനാണ് ഈ സത്യങ്ങളൊക്കെ പറഞ്ഞ് സ്വയം കുറ്റവാളിയാക്കി അവതരിപ്പിക്കുന്നത് എന്നു മരിയുസിന് മനസ്സിലാക്കാനായില്ല.

ഴാങ് വാൽ ഴാങ് നിഷ്കപടനാണ്.

എങ്കിലും മരിയുസിന്റെ മനസ്സിൽ ഴാങിനോട് ഒരു വെറുപ്പു തോന്നിത്തുടങ്ങി. അയാളെ ഉപേക്ഷിക്കേണ്ടതായിരുന്നു. എന്ന വിചാരമായി.

ഴാങ് വീട്ടിൽ വരുന്നത് മരിയുസിന് ഇഷ്ടമല്ലാതായി.

അടുത്ത ദിവസം ഴാങ് വാൽ ഴാങ് വന്നപ്പോൾ അയാൾക്കതു മനസ്സിലായി.

"നിങ്ങൾ താഴത്തെ നിലയിലിരിക്കുന്നോ മുകളിലേക്കു ചെല്ലുന്നോ?.."

"ഞാൻ താഴെയിരിക്കാം."

"എന്നാൽ കൊച്ചമ്മയെ ഇങ്ങോട്ടു വിളിക്കാം."

കുറേദിവസമായി ഊണും ഉറക്കവുമില്ലാതെ ഴാങ് തളർന്നിരുന്നു. കസേരയിലിരുന്നതും കണ്ണടഞ്ഞു.

ഒരു ഞെട്ടലോടുകൂടി കണ്ണുതുറന്നപ്പോൾ മുന്നിൽ കൊസെത്ത്.

"അച്ഛൻ ഇങ്ങനെയാണെന്ന് ഞാൻ വിചാരിച്ചിട്ടേയില്ല."

അയാൾ കൊസെത്തിനെ സൂക്ഷിച്ചു നോക്കി. അവളുടെ ആത്മാവിനെ കാണുകയായിരുന്നു അയാൾ

"മരിയുസ് പറഞ്ഞതെന്താണെന്നോ...... അച്ഛന് താഴെ നിന്ന് എന്നെ കാണുകയാണ് പോലും ഇഷ്ടം."

"അതെ."

"ഓഹോ അങ്ങിനെ തന്നെയാണോ. എന്നാൽ അതു പറ്റില്ല. അച്ഛൻ ഞങ്ങളുടെ കൂടെ ഭക്ഷണം കഴിക്കണം."

"എന്റെ ഭക്ഷണം കഴിഞ്ഞു."

"അതു വെറുതെ പറയുന്നതാണെന്ന് എനിക്കറിയാം. ഇപ്പോത്തന്നെ മുകളിലത്തെ മുറിയിൽ വരണം."

"പറ്റില്ലല്ലോ."

"ഈ വീട്ടിലെ ഏറ്റവും ചീത്തയായ മുറിയാണിത്. ഇവിടെ നിൽക്കാൻ കഴിയില്ല. ആകെ പൊടിയാണ്."

"മദാം നിങ്ങൾക്കറിയാമല്ലോ......"

"അച്ഛാ എന്താണീപറയുന്നത്. എന്നെ മദാം എന്നാണോ വിളിക്കുന്നത്?...."

"അങ്ങനെയായല്ലോ. എന്നെ നിങ്ങൾ മൊസ്യു ഴാങ് എന്നു വിളിച്ചോളൂ."

"എനിക്കിതിന്റെയൊന്നും അർഥം മനസ്സിലാവുന്നില്ല. എന്താണുണ്ടായത്?........"

"ഒന്നും ഉണ്ടായിട്ടില്ല."

"എന്നാൽ നല്ലാളായി ഞങ്ങളോടൊപ്പം ഭക്ഷണം കഴിക്കാൻ വരണം."

കൊസെത്ത് ഴാങ് വാൽ ഴാങിന്റെ കൈപിടിച്ചു വലിച്ചു.

അയാൾ കൈ വിടുവിച്ചു.

"നിങ്ങൾക്കിനി അച്ഛൻ വേണ്ട. ഭർത്താവുണ്ട്."

"അച്ഛാ ഇന്നലെ മുതൽ നിങ്ങളെന്നെ ശുണ്ഠി പിടിപ്പിക്കുന്നു. ഇന്നിതാ മകളെ നിങ്ങൾ എന്നു വിളിക്കുന്നു. ഒന്നു ചോദിച്ചോട്ടേ. ഞാൻ സുഖമായിരിക്കുന്നതിലാണോ വിഷമം."

ഴാങ് വിളർത്തു.

"കൊസെത്ത് നിനക്കു സുഖമായി, എനിക്കിനി മരിക്കാം. ഞാൻ പോകുന്നു. ഇനിയൊരിക്കലും ഇങ്ങനെ വരില്ലെന്ന് ഭർത്താവോടു പറഞ്ഞേക്കൂ."

അന്തം വിട്ടുപോയ കൊസെത്തിനെയും വിട്ട് ഴാങ് വാൽ ഴാങ് നടന്നു മറഞ്ഞു.

മരിയുസിന്റെ വീട്ടിൽ ഴാങിനുള്ള സൗകര്യങ്ങളൊക്കെ കുറച്ചു വരികയായിരുന്നു. അയാൾ അവിടെ വരാതായി.

ഴാങ് വാൽ ഴാങിനെ കാണാത്തതിൽ കൊസെത്ത് സങ്കടപ്പെട്ടു. അവൾ മരിയുസിനോട് വിവരം ചോദിച്ചു.

"അദ്ദേഹം ഇവിടെ ഇല്ലെന്നാണ് തോന്നുന്നത്. എവിടെയോ

പോകാനുണ്ടെന്ന് പറഞ്ഞിരുന്നില്ലേ.....”

ചില ദിവസങ്ങളിൽ മരിയുസ് കൊസെത്തിനെയും കൊണ്ട് യാത്ര പോയി. എന്തായാലും ഴാങ് അയാളിൽനിന്നും കൊസെത്തിനെ അകറ്റുന്നതിൽ അവൻ വിജയിക്കുകയായിരുന്നു.

ഴാങ് വാൽ ഴാങ് മരിയുസിന്റെ വീട്ടിലേക്കുള്ള വഴിയിൽ കുറേ ദൂരം നടന്ന് തിരിച്ചു വരും. ഓരോ ദിവസം കഴിയുന്തോറും ആ ദൂരം കുറഞ്ഞു വന്നു. ഒരു ദിവസം അയാൾ കിടക്കയിൽ നിന്നെണീറ്റില്ല. ഭക്ഷണമൊന്നും കഴിച്ചില്ല. വേലക്കാരിയുടെ നിർബന്ധം വെറുതെയായി.

വൈദ്യൻ വഴിയേ പോകുമ്പോൾ വേലക്കാരി വിളിച്ചു. അയാളെ പരിശോധിപ്പിച്ചു.

“ഇയാൾക്ക് ഇഷ്ടപ്പെട്ട ആരെയോ കാണാതായിട്ടുണ്ട്. അതാണു രോഗം. ഒന്നുമില്ലെന്നാ എന്നോട് പറഞ്ഞത്.”

വൈദ്യൻ അയാളുടെ വഴിക്കുപോയി.

ഴാങിനു കൈകുത്തി എഴുന്നേൽക്കാൻ കഴിയുന്നില്ല. അടുത്തുവച്ചിരുന്ന കൊസെത്തിന്റെ പെട്ടിതുറന്ന് അവളുടെ ഉടുപ്പെടുത്തു.

അടുത്തുതന്നെ മെഴുകുതിരി കത്തിച്ചുവെച്ചു. കയ്യെത്തും ദൂരെയുള്ള ഒരു കടലാസ്സിൽ എഴുതി.

‘‘കൊസെത്ത് നിനക്കു നന്നായി വരട്ടെ ഞാനൊരു വിവരം പറഞ്ഞുതരാം. മരിയുസ് എന്റെ കുട്ടിയെ നന്നായി നോക്കണേ.”

അതിനു താഴെ വളരെ മുമ്പ് ഴാങ് നടത്തിയ വ്യവസായ സാധനങ്ങൾ ഉണ്ടാക്കുന്ന വിധം എഴുതി. അതിനു നല്ല വരുമാനം കിട്ടുന്ന രാജ്യങ്ങളുടെ പേരും കുറിച്ചു. തൂവൽ അയാളുടെ കയ്യിൽ നിന്നും വീണു. ആ സാധു മനുഷ്യൻ രണ്ടുകൈകൊണ്ടും തല അമർത്തിപ്പിടിച്ചു.

‘‘ഒരിക്കൽ കൊസെത്തിനെ കണ്ടെങ്കിൽ.....ഒന്ന് അവളുടെ ഒച്ച കേട്ടെങ്കിൽ.......”

ഴാങ് വാൽ ഴാങ് ആഗ്രഹിച്ചുപോയി. ആ സമയത്ത് വാതിൽക്കൽ മുട്ടുകേട്ടു.

അത് മരിയുസ്സും കൊസെത്തുമായിരുന്നു. കുറച്ചു മുമ്പ് മരിയുസിന്റെ വീട്ടിൽ തെനാർദിയെർ എത്തിയിരുന്നു. അയാൾക്ക് അമേരിക്കയിലേക്ക് പോകാൻ പണം വേണം. അതു വാങ്ങാനാണ് മരിയുസിന്റെ അടുത്ത് വന്നത്. അവിടെ താമസിക്കുന്ന കൊസെത്തിന്റെ അച്ഛൻ തടവുപുള്ളിയാണെന്ന് തെനാർദിയെർ പറഞ്ഞു കൊടുത്തു. ഇനിയും വിവരങ്ങളുണ്ടെങ്കിൽ അയാൾ അറിയിച്ചു.

ഴാങ് വാൽ ഴാങും മൊസ്യുമദലിയനും ഒരാളാണെന്നും മദലിയൻ ധാരാളം പണം സമ്പാദിച്ചതും ഓവുചാലിലൂടെ ഒരു ചെറുപ്പക്കാരന്റെ ശവം കൊണ്ടുവന്നതുമൊക്കെ അയാൾ വിശദമാക്കി.

മരിയുസിന് തന്നെ രക്ഷിച്ച ആളാരാണെന്നു മനസ്സിലായി. തെനാർദിയർക്കു വേണ്ട പണവും കൊടുത്ത് അയാളെ ഒഴിവാക്കി.

മരിയുസ്സ് കൊസെത്തിനെ വിളിച്ചു.

"വേഗം വാ വേഗം......"

ഒരു വണ്ടി വിളിച്ച് അവർ ഴാങ് വാൽ ഴാങിന്റെ വീട്ടിലേക്കു കുതിച്ചു. വണ്ടിയിൽ നിന്ന് മരിയുസ് കൊസെത്തിനോട് അറിഞ്ഞതൊക്കെ പറഞ്ഞു.

വാതിൽ തുറക്കുവാൻ, എഴുന്നേൽക്കാൻ കഴിയാത്തു കൊണ്ട് ഴാങ് പറഞ്ഞു.

"വരൂ."

വാതിൽ തള്ളിത്തുറന്ന് രണ്ടുപേരും അകത്തു കടന്നു. കൊസെത്ത് പാഞ്ഞുചെന്നു.

"കൊസെത്ത്."

അവൾ ഴാങ് വാൽ ഴാങിന്റെ മാറത്തു വീണു വിളിച്ചു.

"അച്ഛാ ...."

മരിയുസ്സും മുന്നോട്ടു വന്നു വിളിച്ചു.

"എന്റെ അച്ഛാ...."

മരിയൂസിന് കരച്ചിൽ വന്നു. ഴാങ് സന്തോഷിച്ചിരുന്നു.

"അപ്പോ നിങ്ങളെനിക്കു മാപ്പു തന്നു."

"അങ്ങനെ പറയല്ലേ.......എന്റെ ജീവൻ രക്ഷിച്ച, എനിക്ക് കൊസെത്തിനെ തന്ന ദൈവമാണ് അങ്ങ്."

തെനാർദിയറിൽ നിന്നും കിട്ടിയ അറിവൊക്കെ മരിയുസ്സ് അപ്പോൾ പറഞ്ഞു.

"ഇനി നിങ്ങളെ വേറെ എവിടെയും കഴിയാൻ ഞങ്ങൾ സമ്മതിക്കില്ല. നാളെ നിങ്ങൾ ഇവിടെ ഉണ്ടാവില്ല."

ഴാങ് അതു ശരിവെച്ചു.

"നാളെ ഞാനിവിടെ ഉണ്ടായിരിക്കില്ല."

കൊസെത്ത് ഒരു കൊച്ചു കുട്ടിയെപ്പോലെ ഴാങിന്റെ മുടിയിൽ പിടിച്ചു. മാറത്തു തലോടിയും കൊഞ്ചി കൊഞ്ചി വർത്തമാനം പറഞ്ഞു.

അവൾ എന്തുചെയ്യുന്നതും സമ്മതിച്ചുകൊണ്ടാണദ്ദേഹം കിടന്നത്.

അവളുടെ വർത്തമാനത്തിലെ കാര്യങ്ങളല്ല, ആ വാക്കുകളിലെ മാധുര്യമാണ് അയാൾ ഇഷ്ടപ്പെട്ടത്.

ഴാങ് വാൽ ഴാങിന്റെ കണ്ണുകളിൽ നീർമണികൾ ഉരുണ്ടു കൂടി.

"ഞാൻ മോളെ കാണില്ലെന്നു വിചാരിച്ചതായിരുന്നു. കണ്ടു. നന്നായി."

"അച്ഛാ അച്ഛന്റെ കൈകൾ തണുത്തിരിക്കുന്നല്ലോ. സുഖമില്ലേ."

"എനിക്കു സുഖമായി മോളെ ..... ഒന്നു മാത്രം....."

"എന്തു മാത്രം?..."

"ഞാൻ മരിക്കുകയായി."

കൊസെത്തും മരിയുസ്സും നടുങ്ങിപ്പോയി. കൊസെത്ത് നിലവിളിച്ചു.

"വേണ്ട....അച്ഛൻ മരിക്കേണ്ട... ഞങ്ങളോടൊത്ത് ജീവിക്കണം."

ഴാങ് പുഞ്ചിരിച്ചു. ആ സമയത്താണ് വൈദ്യൻ കടന്നു വന്നത്.

"വൈദ്യൻ......ഞാൻ യാത്ര പറയുന്നു."

എല്ലാവരും നിശബ്ദരായി.

വൈദ്യൻ നാഡി പരിശോധിച്ചു. അയാൾ കൊസെത്തിനെയും മരിയുസിനെയും നോക്കി മന്ത്രിച്ചു.

"നിങ്ങളെയാണ് അദ്ദേഹത്തിനു കാണേണ്ടി യിരുന്നത്.... പക്ഷെ വൈകിപ്പോയി."

ഴാങ് വാൽ ഴാങ് കൊസെത്തിനെ തന്നെ നോക്കി നിന്നു. അദ്ദേഹത്തിന്റെ വായിൽനിന്നും താഴ്ന്ന ശബ്ദത്തിൽ വാക്കുകൾ പുറത്തു വന്നു.

"മരിക്കുന്നതു സാരമില്ല. ജീവിച്ചിരിക്കാതാവുകയാണ് സങ്കടം."

പെട്ടെന്ന് ഴാങ് എഴുന്നേറ്റിരുന്നു. ശ്വാസം ഇടവിട്ടായി. കൊസെത്തിനെയും മരിയുസിനെയും മാടിവിളിച്ചു. രണ്ടുപേരും അടുത്തു ചെന്നു.

"മോളെ നീ എന്നെ കുറിച്ച് അധികം കരയരുത്. ഞാൻ ദരിദ്രനാണ്. ആദ്യം കാണുന്ന സ്ഥലത്ത് എന്നെ കുഴിച്ചു മൂടുക. മേശവലിപ്പിൽ പണമുണ്ട്. അത് പാവങ്ങൾക്കുള്ളതാണ്. ഞാൻ അധികം ദൂരെ പോവില്ല. എപ്പോഴും നിങ്ങളെ നോക്കിയിരിക്കും. കൊസെത്ത് നിന്റെ അമ്മ ഫൻതീനെ മറക്കരുതേ.."

ഴാങ് വാൽ ഴാങ് രണ്ടുപേരെയും ആലിംഗനം ചെയ്തു പിന്നോക്കം മറിഞ്ഞു.

കൊസെത്തും മരിയുസ്സും ഹൃദയം തകർന്നു നിലവിളിച്ചു.

ഴാങ് വാൽ ഴാങിന്റെ വിളർത്ത മുഖം ആകാശത്തേക്കു നോക്കി.

പെർലഷെസ്സിലെ ശ്മശാനഭൂമിയിൽ പൊതുജനങ്ങളെ മറവു ചെയ്യുന്ന ഭാഗത്ത് ഒരു ദേവതാരു മരത്തിന്റെ ചുവട്ടിൽ ഴാങ് വാൽ ഴാങിനെ അടക്കം ചെയ്തു. കല്ലിൽ കൃത്രിമപ്പണികളൊന്നും ചെയ്തില്ല. ആ കല്ലിൽ നാലു വരി കവിത കുറിച്ചുവെച്ചിരുന്നു.

'വിധിയെന്തെന്നറിയാതുറങ്ങുകയാണല്ലോ
വിടചൊല്ലിജീവിച്ചുതീർന്ന ദേഹം
പകൽപോയി രാത്രിവന്നെന്നപോലെ
എത്രയും സാധാരണമായ് ഭവിച്ചതും'

www.ingramcontent.com/pod-product-compliance
Lightning Source LLC
LaVergne TN
LVHW100334181026
850499LV00039B/1069
* 9 7 8 9 3 8 6 1 9 7 3 0 6 *